Dimasalañg Kalendariong Tagalog
Tagalog
(1922)

Don Honorio López

Dimasalañg Kalendariong Tagalog
(1922)

(DATI'Y LA SONRISA)

BIBLIOBAZAAR

DIMASALANG̃ KALENDARIONG̃ TAGALOG
(1922)

ANG AKLAT NA GINTO

Ang AKLAT NA GINTO hindi isang aklat lamang na kakikitaan ng̃ mg̃a kaalaman sa panggagamot na walang gamot sa katawan ng̃ tao, hindi isang aklat na kababasahan lamang ng̃ mg̃a paraan ng̃ panghuhula at iba pa; kundi isang aklat na katutunghayan ng̃ mahahalagang bagay na nauukol sa kapangyarihan ng̃ ating diwa, siyang kaluluwang ibinigay sa atin ng̃ Diyos upang tayo'y maging tao at gumawa nang parang tao na inilarawan ng̃ Diyos na Maykapal sa kanyang ayos at katayuan. Sa makatwid tayo'y larawan ng̃ Diyos na katulad niya na hindi ng̃a lamang makagawa ng̃ katulad ng̃ kanyang mg̃a gawain pagka't hindi natin kilala ang kalihiman ng̃ kapangyarihan ng̃ diwang isinangkap niya sa atin. Sa AKLAT NA GINTO mababasa ninyo ang kalihiman nito, upang ang diwang iyang ibiniyaya sa atin ng̃ Diyos ay ating magamit sa maraming bagay upang mapapaginhawa nàtin ang katawang ito natin at ang ating kabuhayan; matang̃i pa sa ibang mababasang paraan ng̃ panghuhulang gamit ng̃ mg̃a yogi, ng̃ mg̃a hesuita, mg̃a monha, ibp, sa panghuhula ng̃ nawalang kasangkapan ó natatagong kayamanan, ang pangpalubay loob ang mapasunod niya ang ibang tao sa bawa't ibigin ng̃ kalooban, makapanggamot ng̃ walang gamot, ang malaman ang mg̃a orasyon ng̃ Papà Leon XIII na naging anting-anting ni Carlo Magno ng̃ panahon ng̃ Dose Pares at iba pang kalihiman.

LIMANG PISO ang halaga sa lahat ng̃ Libreria at ang taga probinsiyang magpadala ng̃ lilimahing pisong papel sa pamamagitan ng̃ sulat na ipadala kay G. Honorio Lopez sa daang Sande 1450, Tundo, Maynila ay tatanggap ng̃ isang AKLAT NA GINTO sa pamamagitan ng̃ "correo certificado."

AKLAT NG KABUHAYAN

Ang AKLAT NG KABUHAYAN ay pihong lalabas na hanggang Marzo ng̃ 1922. Anim na piso ang halaga. Ang aklat na ito ang dapat na basahin ng̃ lahat, pagka't ito ang aklat ng̃ kaligtasan ng̃ tao sa lahat ng̃ kapahamakan at kamatayan. Natitipon dito ang mg̃a arte ó paraan ng̃ panggagamot nila Tisot, Sta. Maria, Kusiko, Tavera, Delgado (hesuita), nila Dr. Villefond, Carvajal at iba pa. Hindi lumabas ng̃ nakaraang taon pagka't pinakaaayos ang yari.

DIMASALANG

Kalendaryong Tagalog

NG

Kgg. Honorio Lopez

NAG-KONSEHAL, SA SIYUDAD NG MAYNILA

Licenciado sa Leyes. Bachiller sa Artes. Agrónomo. Agrimensor na may titulo nğ Gubierno. Publicista. *Tent. Coronel* sa Hukbong Pilipino nğ nagdaang Himagsikan. Kasapi sa *Los Veteranos de la Revulucion*, Naging *Asesor-Tecnico* sa UNION AGRARIA DE FILIPINAS, asaping Pandanğal sa Kapisanang CONCIENCIA LIBRE sa Madrid, España

SA TAONG

1922

NAGSIMULA NG TAONG 1898
IKA 24 TAONG PAGKAKAHAYAG

Dapat Tandaan:—Gulang ng taon, 27. Epakta, 22. Katitikan Linggo, A. at Kabilanğang Gintô, 4.

ALIN ANG GULANG NG BABAE NA DAPAT SABIHING MATANDA NA?

Kung may magsasabi na ang gulang na kahilihili sa isáng babae, ay ang gulang na tatlong pu't limang taon, ng̃uni't hindî rin nawawalan ng̃ ibang nagsasabi na kapag ang babae'y sumapit sa tatlong pung taong gulang, ay matandâ na.

Marahil nagkakaagawan ang dalawang kuròkurò sa dami ng̃ magkasangayon; ng̃uni't dapat unawain na ang dami ng̃ babaeng hinang̃aan sa gandá sa kasaysayan ng̃ Sangsinukuban ng̃ Pagibig at pagmamagarâ, ay sa gulang na tatlong pu't limang taon.

Si Ninon de Lenclos nagkaroon ng̃ maraming mang̃ing̃ibig ng̃ siya'y may anim na pung taon at sa gulang na siyam na pung taon ay may *pumapalike* pa.

Si Cleopatra sa gulang na tatlong pu't walo niya, ng̃ aglahiin sa pagibig ang mg̃a hari.

Si emperatris Josefina na bumihag sa pusô ni Napoleon I, ay matandâ kay sa gulang nito, ng̃ siya'y mapakasal na ang lahat ay nagsasabi na siya'y lalong bata sa emperador sa pagmumukhâ.

Ang balitang nobelistang si J. Sand, ay lalong kaaakit ng̃ makaraan sa tatlong pung taon at sa gulang na lalong naulol sa kanya sa pagibig si Chopin.

Si Elena de Troya nagkaroon ng̃ pû pûng mang̃ing̃ibig ng̃ may apat na pung taon na, at si Adelina Patti nagkaroon ng̃ maraming manglilingkod sa kanyang kariktan hangga ng̃ mamatay.

Sa ng̃ayon, kagalanggalang na dalagang kagulang̃an, bakit ka paghihinagpis sa iyong pagtandâ? Huag mong ipanglungkot ang pagiiwan sa iyo ng̃ kasariwaan ng̃ kabataan, pagka't kailan ma't magilas kayo at sinusunod ninyo ang mg̃a aral sa pagpapaganda at pagpapakikinis ng̃ balat na itinuturô ng *Aklat ng̃ Kabuhayan* ni

Honorio Lopez, ay hindî kayo mawawalan n͠g m͠ga kandidato na laging aawit sa inyo n͠g kirileson n͠g Dios n͠g Pagibig.

———————————

PARAAN NG PAGGINHAWA

MGA MAHALAGANG ARAL
NG PILOSOPONG HAPONES NA SI
MR. TUSE-KARI

Marami ng̃ kahatulan ang naiturô ng̃ mg̃a pantas at mg̃a may pinagdaanan sa pamumuhay ukol sa paraan ng̃ pagginhawa. Naririyan ang mg̃a mararalitang nagsiyaman na ng̃ayo'y itinatanghal ng̃ magandang kapalaran sa kaaya-ayang pamumuhay; nariyan din naman ang iba't ibang marurunong sa Europa at Amerika at ang mg̃a pantas sa Indiya na nagturô at hang̃gang ng̃ayo'y nagtuturo ng̃ mg̃a kaparaanan ng̃ pagginhawa. Ng̃uni't sa ng̃ayo'y isa namang paham na hapon, na tumutugon sa ng̃alang Tuse-kari, ay siyang naglathala ng̃ isang kaparaanan ó nagpapatibay ng̃ karunung̃an napuputi sa kalihiman ng̃ pagiisip, upang magamit ito sa bawa't ibigin ukol sa gawang mabuti, lalô na sa ikagiginhawa.

Ang "Pagiisip" sang̃ayon kay Tuse-Kari, ay makakamtan ang lahat ng̃ bawa't ibigin ng̃ tao na matatamo niya, sa kabuhayan sukat na gamitin lamang ang pagiisip sa boong lakas na ankin. Ang sabi niya'y ganito: ¿Kayo baga'y may dinaranas na sama sa kabuhayan ó may dinaramdam kayong sakit? Ang dapat gawin—ang turô niya— isipin ang pagbalikuas ó ang paggaling sa tuwî na, at sukat, upang umigi sa sakit.

Sa pagkakaroon naman ng̃ anak na lalake ó babaye na ibigin ng̃ magasawa, ay sinasabi ni Tuse-Kari, na ang babaeng may isang buan at kalahati ng̃ pagdadalang tao na gumawa sa arao arao, sa sinkad na labinglimang arao, sa tuwing gabi bago matulog, na ang mata'y nakapikit at ang boong dili dili ay malaya sa ibang isipin ò alalahanin at gayon din sa pagkagising na sasambitin sa boong katimtiman ng̃ loob ang mga sumusunod: "LALAKI ANG AKING MAGIGING ANAK" (kung ito nga ang nasain) ay pilit na ito ang ipanganganak. Nguni't lalong mabuti na uulituliting sabihin at sabihin sa boong maghapon ng makaapat o makaitlong ulit.

Ang ganitong nasain ng naturang hapones, ay nasubok sa Hapon ng 1907, na sa 2513 haponesa na nagbuntis na gumawa nito at ng manganak ng 1908 ay 1942 ang nanganak ng pawang lalake.

¿Ibig ba ninyong matalos ó malaman ang kalihiman ng pagginhawa, upang yumaman ó magkaroon ng magandang kabuhayan, maibig ng iniibig, kagaanan ng loob, kalugdan ng sino man at mapapalarin sa anomang negosyo? ay kailangang bumasa at magaral na mabuti sa KARUNUNGANG LIHIM AT SA AKLAT NA GINTO ni G. Honorio Lopez. Ang Karunungang Lihim ay 2 piso ang halaga at ang Aklat na Gintô ay 5 piso naman. Kapua mabibili sa lahat ng libreria sa Maynila. Hanapin ang sinulat ni G. Honorio Lopez at siyang makabuluhan at malaman. Kung kayo'y taga probinsya ng huag ng mapagod ng pagparoon sa Maynila ay ipadala ang kuartang papel de banko sa pamamagitan ng "Correo Certificado" kay G. Honorio Lopez, daang Sande 1450 Maynila at pagkatanggap niya ng kuarta ninyo ay ipadadala sa inyo ang aklat na kailangan.

———————

PAGILAG SA KULOG

Sa mg̃a siyudad, ang mg̃a "parrarayos" ó "tigilanglintik" ay nakakapang̃ilag sa marami upang huag tamaan ng̃ lintik at malayo sa kasakunaan. Ng̃uni't lalong mabuti ang mg̃a nakasira sa mg̃a bahay na bato ang sila'y lumagi sa silong ng̃ bahay samantalang kumukulog, ipinid ang mg̃a bintana ó patangwa huag gagamit ng̃ telepono, huag lalapit sa mg̃a kawad ng̃ dagitab, sa simenes ó palabasan ng̃ usok.

Kung abutin sa gitna ng̃ bukid ó parang, masamâ ang tumakbó at tumayo, pagka't ang lahat ng̃ nakatindig sa lupa ay umaakit sa pagputok ng̃ lintik lalo na kung gumagalaw. Ang mabuti'y dumapâ ihagis ang mga hawak na bakal ó patalim, katulad ng̃ payong, araro, ibp., masama ang pumiling sa tabi ng̃ poste, sa punong kahoy, ó iba pang mataas na tinatakbuhan ng̃ tubig, gayon din sa mg̃a mandala ng̃ palay ó gayami. Palalayo ang kailang̃an sa mg̃a kakahayan at dumapa.

ANG TIBAY. Ang mapaggawa ng̃ mg̃a sinelas, kotso, zapatilya at sapatos na pang BAGONG TAON at Pangmatagalang Panahón.

KATUBUSAN: Gawaan ng̃ sigarillo at tabako. Samahang ganap ng̃ Pilipino. Daang Clavel at Barcelona San Nicolas, hanapin ninyo sa bawa't imbakan at tindahan ang kanyang mg̃a masasarap at nakawiwiling hititin tabako

Lagay ng Panahon. Alang̃anin. Malalakas na hang̃in. ó ulan sa Siláng̃anan

INERO.—1922

1 Linggo Ang unang pagtuló ng dugô ng ating mahal na Mananakop; Ss. Magno mr. at Eufrosina bg. (Pistang dakilâ sa Kiapo).

2 Lun. Ss. Macario ab. at Isidro ob. m. at Marciano ob. mga kp.

3 Mar. Ss. Antero papa mr. Genoveva bg. at Daniel mr.

4 Mier. Ss. Tito ob. cf. Aquilino at Dafrosa ms. Pagkabaril sa mg̃a pinagpalang paring Inocencio Herrera, Severino Diaz, at Gabriel Prieto; Florencio Lerma, Macario Valentin, Macario Malgarejo, Canuto Jacob, Cornelio Mercado, Domingo Abella, Rafael Gutierrez at Francisco Balera Mercedes, 1897.

5 Hueb. Ss. Telesforo papa at mr. Simeon Estilita at Emiliana at Apolinaria bg.

6 Bier. † Ang pagdalaw at pagsamba ñg̃ mg̃a haring sts. Melchor, Gaspar at Baltazar sa ating Mananakop, (Pintakasi sa Ternate at Gapang), Ss. Melanio ob. cf. at Macra bg. mr.

 SA PAGLAKI SA TUPA 6.28.8 NG̃ HAPON

7 Sab. Ss. Luciano pres. m. at Crispin ob. kp.

8 Linggo Ss. Severino ob. kp. at Eugenio mr.

9 Lun. Ss. Julian mr. at ang asawa niyang santa Basilia at sta. Marciana bg. at Celso mr. (Prusisyon sa Kiyapo).

10 Mar. Ss. Agaton, papa, Nicanor diak. at Gonzalo kp.

11 Mier. S. Hígino papa mr. at sta. Honorata bg. Pagkabaril sa mg̃a magiting Benedicto Nijaga, Braulio Rivera, Faustino Villaroel, Faustino Mañalac, Ramon Padilla, Francisco L. Roxas, Luis E. Villareal, Moises Salvador at Francisco, Numeriano Adriano, Domingo Franco, Antonio Salazar, José Dizon at ang kabong si Gerónimo Cristobal [a] Burgos 1897.

12 Hueb. Ss. Benito ab. Arcadio at Taciana mrs.

13 Bier. Ss. Leoncio at Vivencio mg̃a kp.

 KABILUGAN SA ALIMANGO
10.36.5 NG GABI

14 Sab. Ss. Hilario ob. kp. at dr. Felix pb. mr.

Mga nagsisipagbayad ng patente ng RENTAS INTERNAS, umagap na bumayad, hanggang ika 20 nang huwag marekargohan ó multahan.

Honorio Lopez

AGRIMENSOR na may kapahintulutan nğ Gobierno. Sumusukat at namamahala nğ pagpapatitulo nğ mğa lupa sa halagang mura. Sulatan siya o pagsadyain sa daang Sande blg. 1450, Tundó Maynila bago pasukat sa iba.

Binibini: Nğ huwag kang pagisipan nğ masama nino mang lalaki basahin ang AKLAT NA GINTO.

Ang tabako at sigarrilyong GERMINAL ay siyang dapat hititin nğ Bayan pagka't siya ang laging umaabuloy sa kanyang mğa kapansanan. Kaya't siyang hanapin sa mğa tindahan.

Ang aklat na kinagigiliwang ORACULO NI NAPOLEON ay nababasa ninyo sa AKLAT NA GINTO ni Honorio Lopez.

Kaigihan, Pagdidilim ó banta nğ pag-ulan

15 Linggo *Kamahalmahalang ngalan ni Hesús.* Ss. Pablo erm. Mauro ab. at Segundina bg. at mr. [Pista sa S. Pablo Laguna] [Prusisyon sa Tundó]
16 Lun. Ss. Marcelo papa mr. Fulgencio ob. kp. at Pricila at Estefania bg.
17 Mar. Ss. Antonio abad, Sulpicio ob at Leonila mr.
18 Mier. Ang pagkalagay ng luklukan ni S. Pedro sa Roma, Prisca bg. at mr. Librada bg.
19 Hueb. Ss. Canuto hari at Mario at ang kanyang asawang si sta. Marta mrs.
20 Bier. Ss. Fabian papa at Sebastian mr. [Pintakasi sa Lipá].

Ang pagkamatay ni Gat. Graciano Lopez Jaena sa Barcelona, España 1894.

21   Sab. Ss. Ines, bg. at Fructuoso ob. Augurio at Eulogio dk. ms.

ANG ARAW TATAHAK SA TAKDANG MANUNUBIG SA IKA 3.48 MADALING ARAW

Ang ipanganak sa mga araw na ito, hanggang ika 20 ng Pebrero, kung lalaki'y masayahin, marunong at may mabuting ugali, mapapahamakin sa tubig, malalagnatin at yayaman. At kung babai'y matapatin at magiliw, yayaman, marunong at may pagiisip sa hanap buhay.

22   Linggo Ss. Vicente diak. at Anastacio mrs.
23   Lun. Ss. Ildefonso az, (Pintakasi sa Tanay at Giginto) Raymundo, Emerenciana bg.
24   Mar. Ntra. Sta. de la Paz, (Pintakasi sa Antipolo at Tuy) Ntra. Sra sa Belén at Ss. Timoteo at Feliciano obs. mrs.
25   Mier. Ang pagbabagong loob ni S. Pablo ap. at san Ananías mr.

Pagkabaríl sa mga magiting Marcelo de los Santos,
Eugenio de los Reyes at Valentin L. Cruz 1897.

26   Hueb. Ss. Policarpo ob. mr. (Pintakasi sa Kabuyao) Paula bao at Batilde reina.
27   Bier. Ss. Juan Crisóstomo ob. kp. at dr. at Vitaliano papa.
28   Sab. Ss. Julian at Cirilo, mga ob. kp.i

   BAGONG BUWAN SA MANUNUBIG
7.48.2 UMAGA

29   Linggo Ss. Francisco de Sales at Valerio ob. kp.
30   Lun. Ss. Martina bg. mr. Felix p. Jacinta bg.

31   Mar. Ss. Pedro Nolasco nt. kp. at Marcela bao.

LIBRERIA ni P. Sayo balo ni Soriano. Makabibili rito n͠g ano mang aklat sa tagalog, ingles at kastila, m͠ga kagamitan sa pagsulat, ibp., sa halagang mura. Rosario bl͠g. 225 Binundok.

Dr. PEDRO O. LOPEZ CIRUJANO-DENTISTA Sa m͠ga sakit sa bibig at n͠gipin. Sande 1450, Tondo Maynila.

———————————

Ang TIBAY. Ang Sinelásan at Sapatusang ito, ay siyang mapagpalabas n͠g m͠ga magagandang hugis at ayos, n͠g kanyang m͠ga yari.

KATUBUSAN: Gawaan n͠g sigarillo at tabako. Samahang ganap n͠g Pilipino. Daang Clavel at Barcelona San Nicolas, hanapin ninyo sa bawa't imbakan at tindahan ang kanyang m͠ga masasarap at nakawiwiling hititin tabako at sigarrillo.

Lagay ng panahon. Pulo pulong ulan sa Silan͠ ganan Kaigihan

PEBRERO.—1922

1   Mier. Ss. Ignacio at Cecilio m͠ga ob. mr. at Brigida bg.

Ang pagputok n͠g Bulkan sa Mayon, 1814.

2   Hueb. Ang paghahain ni G. sta. María sa ating Mananakop. (Pintakasi sa Siláng at Mabitak) san Cornelio ob. kp.
3   Bier. Ss. Blás ob. at Ceferina mr.
4   Sab. Ss. Andrés Corsino at José de Leonisa m͠ga kp.

Pagkakasira n͠g m͠ga Pilipino at Americano 1899.

5   Linggo Ss. Pedro Bautista (Pintakasi sa Siudad ng Kamarinis) at Agueda bg. at mr.

 SA PAGLAKI SA DAMULAG 12.52.3 HAPON

6 Lun. Ntra. Sra. de Salud Ss. Dorotea bg. at mr. Vedasto, Amando mg̃a ob. kp.

Pagkabaril sa mga magigiting Ramon Basa, Vicente Molina, Teodoro Plata, Apolonio de la Cruz, Hermenegildo Reyes, José Trinidad, Pedro Nicodemus, Feliciano del Rosario at Gervasio Samson, 1897.

7 Mar. Ss. Romualdo abad, Ricardo hari at Juliana bao.
8 Mier. Ss. Juan de Mata kp. at nt. at Dionisio, Emiliano at Sebastian mres.
9 Hueb. Ss. Apolonia bg. Primo at Donato, dk. mga at mga mr.

Kapanganakan kay P. José Burgos ng taong 1837.

10 Bier. Ss. Escolástica bg. Guillermo ermitanyo at Sotera bg.
11 Sab. Ntra. Sra. de Lourdes. Ss. Lucio ob. mr. at Severino abád.
12 Linggo *ng Septuagesima* Ss. Eulalia, bg. at Gaudencio ob.

  KABILUGAN SA HALIMAO 9.17.5 UMAGA

13 Lun. Ss. Catalina sa Riccis bg. at Benigno mr.
14 Mar. Ss. Valentin presb. mr. at Antonio abád.
15 Mier. Ss. Faustino, Gemeliano at Jovita mg̃a mr

Felix Valencia
Abogado at Notario
Tumatanggap ng̃ mg̃a usaping lalong maseselan, daang Moriones 102. Tundo.

Hanapin mula sa buwang ito ang Kalendario ni Honorio Lopez sa taong 1922 at maraming mababasang makabuluhan sa kabuhayan.

———————

Ang tabako at sigarrilyong GERMINAL ay siyang dapat hititin ng̃ Bayan pagka't siya ang laging umaabuloy sa kanyang mg̃a kapansanan. Kaya't siyang hanapin sa mg̃a tindahan.

Binibini: Ng huwag kang pagisipan ng masama nino mang lalaki basahin ang AKLAT NA GINTO.

Malakas na hangin sa dagat. Kalamigang Panahon.

16 Hueb. Ss. Julian at Faustino ob. kp.
17 Bier. Ss. Silvino ob. kp. at Teódulo mr.

Pagkamatay nina Padre Burgos, Gomez at Zamora 1872.

18 Sab. Ss. Eladio arz. kp. at Simeón ob. mr.

Pagkamatay ni E. Evangelista sa labanan sa Zapote 1897.

19 Linggo *ng Seksahesima* Ss. Gavino pb. mr. at Alvaro kp.

 SA PAGLIIT SA ALAKDAN
2.18.1. MAD. ARAW

ANG ARAW TATAHAK SA TAKDA
NI ISDA SA IKA 6.16 NG GABI

Ang ipanganak sa mga araw na ito hanggang ika 21 ng Marzo, kung lalaki'y masaya at masipag, yayaman pagtandâ. Mapangahas at sa kadaldalan maraming samâ ng loob ang aabutin. At kung babai ay may magandang damdamin at pagiisip at matapatin sa kanyang asawa.

20 Lun. Ss. León at Eleuterio mga ob.

Ng mamatay ang dakilang mánunulang tagalog
na si FRANCISCO BALTAZAR, 1862.

21 Mar. Ss. Felix, Maximiano at Paterio mga ob. kp.
22 Mier. Ang luklukan ni S. Pedro sa Antiokia, san Ariston at sta. Margarita sa Cortona.

Kapanganakan kay J. Washington.

(Pista ng mga Amerikano)

23 Hueb. Ss. Pedro Damiano kd. kp. at dr. Florencio kp. Marta bg. at mr.

24 Bier. San Matías ap. mr. Ss. Edilberto at Sergio mr.

25 Sab. Ss. Cesareo kp. Serapión at Victoriano mr.

26 Linggo *ng Kínkuahesima* Ss. Alejandro at Andres mga ob. kp.

27 Lun. *Karnestolendas* Ss. Baldomero pk. Alejandro, Abundio at Fortunato mga mr.

 <small>BAGONG BUAN SA ISDA 2.47.7 MAD. ARAW</small>

28 Mar. *Karnestolendas* Ss. Román, Macario, Rufino, Justo at Teófilo mga mr.

DR. N. REYES MOSCAIRA, DENTISTA. Walang sakit na bumunot ng ngipin. Magandang maglagay ng ngiping ginto ó garing. San Fernando blg. 1202, tabi ng tulay ng Binundok.

LA BULAKEÑA 205 Rosario 205.—Almaceng ganap na Pilipino mapagbili ng mga barong lalaki, kuelyo, sapatos, korbata, mga sumbalilong kalasyao, buntan, lana, pieltro ibp. Mga sunod sa moda at sa halagang mura.

———————

ANG TIBAY. Ang iginaganda ng mga sinelas, kotso, zapatilya at sapatos na gawa sa Pagawaáng ito, pagka't mga sunod sa USO at MODA na sadyang pang mahal na Araw.

DR. PEDRO C. LOPEZ CIRUJANO-DENTISTA. Sa mga sakit sa bibig at ngipin. Sande 1450, Tundo. Maynila.

Lagay ng Panahon. Mga pulo pulong ulan sa Silanganan

MARSO.—1922

1 Mier. *ng Pag-aabo ó Ceniza. Ayuno at Bihilya.* Ss. Rosendo at Albino mga ob. at kp. Eudosia at Antonina mga mr.

Ang tanang kristiano katóliko ay di tumitikim nğ lamáng karné sa lahat nğ biernes nğ kurisma at biernes santo, alinsunod sa kapasyahan nğ Papa Pio X na nilagdaan nğ ika 26 nğ Nob. 1911.

Nang lagdâin ang pagtatag nğ "Inquisición" sa Pilipinas 1583.

2   Hueb. Ss. Simplício papa kp. at sta. Januaria mr.
3   Bier. Ss. Emeterio at Celedonio mr. at Cunegunda hari at bg.
4   Sab. Ss. Casimiro at Lucio papa mr.
5   Linggo *Una ng Kurisma* Ss. Adriano mr. Teófilo ob. at Juan José de la Cruz kp.
6   Lun. Ss. Victor at Victorino mğa mr. at sta. Coleta bg.
7   Mar. Ss. Tomas de Aquino kp. at dr. Perpetua at Felicidad mga mr.

SA PAGLAKI SA MAGKAKAMBAL
3.21.6 MAD. ARAW

8   Mier. Ss. Juan de Dios kp. nt. Filemon at Apolonio mga mr.
9   Hueb. Ss. Francisca balo, Paciano ob. kp. Catalina de Bolonia bg.
10   Bier. Ss. Melitón mr, at Macario ob. kp.
11   Sab. Ss. Eulogio pb. mr. at Sofronio ob. kp. Aurea.
12   Linggo *Ikalawa ng Kurisma.* Ss. Gregorio papa Bernardo ob. at kp.
13   Lun. Ss. Leandro ob. kp. Patricia at Modesta mga mr.

KABILUGAN SA
DALAGA 7.14.4 HAPON

14   Mar. Ss. Florentina bg. at Matilde hari.
15   Mier. Ss. Raymundo de Fitero ob. kp. at nt. at Longinos mr.
16   Hueb. Ss. Eriberto at Agapito mga ob. at kp. Abraham erm.

Pagtuklas sa Pilipinas ni Magallanes 1521.

17 Bier. Patricio ob. at kp. Gertrudis bh.

18 Sab. Ss. Gabriel Arcángel, Narciso ob. at Felix dk.

Honorio Lopez

AGRIMENSOR na may kapahintulutan nğ Gobierno. Sumusukat at namamahala nğ pagpapatitulo nğ mğa lupa sa halagang mura. Sulatan siya o pagsadyain sa daang Sande blg. 1450, Tundó Maynila bago pasukat sa iba.

Walang ganâp at magaling pagbasahin nğ mğa naapi gaya nğ ABOGADO NG BAYAN unang tomo, Piso ang halaga sa lahat nğ Libreria.

Ang tabako at sigarrilyong GERMINAL ay siyang dapat hititin nğ Bayan pagka't siya ang laging umaabuloy sa kanyang mğa kapansanan. Kaya't siyang hanapin sa mğa tindahan.

Nğ kagaanan ka nğ dugo nğ sino man, basahin mo ang AKLAT NA GINTO Limang Piso ang halaga.

Mabuting Panahon. Kabawasang Panahong may ulan

19 Linggo *Ikatlo ng Kurismá*. Ang pista ni San José asawa nğ Birhen Maria, pintakasi sa San José del Monte, Bulakán; Baras, Rizal; Polilyo, Tayabas; Balanga at Kabkabin ng Bataan. Ss. Apolonio at Leoncio mga ob. at kp.

20 Lun. Ss. Nicetas ob. at Ambrosio de Sena, mga kp. Claudia at Eufracia mr.

 SA PAGLIIT SA MAMAMANA 4.43.0 HAPON

21 Mar. Ss. Benito ab. kp, at nt. at Serapio ob.

ANG ARAW AY TATAHAK SA
TAKDA NI TUPA
SA IKA 5.49 NG HAPON

Ang ipanganak sa mga araw na ito hanggang ika 20 ng Abril, kung lalaki'y masipag magaral, maliksi, mapagtalumpati at maaliwin. Madalas makalimot ng pangako, nanganganib ang buhay sa mga hayop na sumisipa at nanunuag. At kung babai nama'y maliksi nguni't sinungaling ang iba, mainit ang ulo, maraming kapahamakang aabutin.

22 Mier. Sa. Deogracias at Bienvenido mga ob. at kp. catalina de Suecia bg.
23 Hueb. Ss. Victoriano mr. at Teódulo kp. Pelagia at Teodosia mr.
24 Bier. Ss. Agapito ob. kp. at Simeón mr.
25 Sab. Ang pagbati ng Arcángel S. Gabriel kay G. Sta. María at Pagkakatawan tao ng̃ Mananakop. Ss. Dimas, ang mapalad na tulisan at Irineo ob. at mr.
26 Linggo *Ikapat ng Kurisma* Ss. Braulio abo. kp. Montano at Máxima mga mr.
27 Lun. Sa. Ruperto ob. Juan erm, at kp. Guillermo ab.
28 Mar. Ss. Juan, Castor at Doroteo mga mr.

 Bagong Bwan sa Tupa 9.3.4 ng Gabi

Paglalahong Gasingsing ng Araw. Hindi makikita.

29 Mier. Ss. Segundo mr. at Eustaquio abad kp.
30 Hueb. Ss. Quirino at Juan Climaco abad kp.

Ng̃ mahuli si Aguinaldo sa Palawan, 1901.

31 Bier. Ss. Balbina bg. at Cornelia mr.
LIBRERIA ni P. Sayo balo ni Soriano. Makabibili rito ng̃ ano mang aklat sa tagalog, ingles at kastila, mg̃a kagamitan sa pagsulat, ibp., sa halagang mura. Rosario blg̃. 225 Binundok.
LA BULAKEÑA 202 Rosario 205.—Almaceng ganap na Pilipino mapagbili ng̃ mg̃a barong lalaki, kuelyo, sapatos, korbata, mg̃a sumbalilong kalasyao, buntan, lana, pieltro ibp. Mg̃a sunod sa moda at sa halagang mura.

ANG TIBAY. Ang Sinelasan at sapatusan, gumagawa ng̃ mg̃a sinelas, kotso, zapatilya at sapatos na malamig sa paa, lalo na sa ganitong taginit.

KATUBUSAN: Gawaan ng̃ sigarillo at tabako. Samahang ganap ng̃ Pilipino. Daang Clavel at Barcelona San Nicolas, hanapin ninyo sa bawa't imbakan at tindahan ang kanyang mg̃a masasarap at nakawiwiling hititin tabako at sigarrillo.

Lagay ng Panahon. Pagdidilim ó Banta ng̃ pag-ulan Kabutihang

ABRIL.—1922

Itó ang buwang kahuli-hulihan ng̃ pagbabayad ng sédula at amillaramiento.

1   Sab. Ss. Teodora at Venancio mga mr.
2   Linggo *ng Paghihirap*. Ss. Francisco de Paula kp. at ntg. at Maria Egipciaca nagbatá.

Ng̃ Ipang̃anak si Francisco Baltazar, 1788.

3   Lun. Ss. Benito de Palermo kp. at Ulpiano mr.
4   Mar. Ss. Isidro ars. sa Sevilla kp. at dr. Zósimo akr. at Flotilda bh.
5   Mier. Ss. Vicente Ferrer at kp. Irene bg. mr.

 SA PAGLAKI SA ALIMANGO 1.45.6 HAPON

6   Hueb. Ss. Sixto papa mr. at Celestino papa.

Ng̃ mamatay sa Kruz ang Mananakop, taong 30.

7   Bier. *ng Dolores o ng mga Hapis* Ss. Epifanio ob. Donato, Rufino at mg̃a mrs.

Ñg matagpuan ni Magallanes ang Sangkapuluang may sariling pamamahalâ, pananampalataya, batás at iba pa, 1521.

8 Sab. Ss. Dionisio at Perpetuo mg̃a ob. kp. Máxima at Macaria mg̃a mr.
9 Linggo *ng Ramos o Palaspas* Ss. Hugo ob. kp. María Cleofas.
10 Lun. *Santo* Ss. Macario mg̃a ob. kp. at Exequiel mg̃a mb.
11 Mar. *Santo* Ss. León papa kp. at dr. at Antifas mr.
12 Mier. *Santo* Ss. Julio papa kp., Cenón ob. at Victor mr.

 Kabiluan sa Timbangan 4.43.7 mad. araw

13 Hueb. *Santo* Ss. Hermenegildo hari at Justino mr. [Kapistahan sa Manawag, Pang.]
14 Bier. *Santo* Ss. Pedro Telmo kp. Tiburcio, Valeriano at Máximo mg̃a mr.

Mg̃a nagsisipagbayad ñg patente ñg RENTAS INTERNAS, umagap na bumayad ñg huwag marekargohan ó multahán.

15 Sab. *ng Lualhati* Ss. Eutiquio, Basilisa at Anastacia mg̃a mr.

Felix Valencia Tumatanggap ñg mg̃a usaping lalong
Abogado et Notario maseselan, daang Moriones 102. Tundo.
FRANCISCO ASTUDILLO DENTISTA. Bumubunot, nagpapasta, lumilinis at naglalagay ñg mg̃a ñg̃iping garing at ginto. S. Fernando blg. 1101-13 Binundok

---

Ang tabako at sigarrilyong GERMINAL ay siyang dapat hititin ñg Bayan pagka't siya ang laging umaabuloy sa kanyang mg̃a kapansanan. Kaya't siyang hanapin sa mg̃a tindahan.

LA BULAKEÑA 205 Rosario 205.—Almaceng ganap na Pilipino mapagbili ñg mg̃a barong lalaki, kuelyo, sapatos, korbata, mg̃a sumbalilong kalasyao, buntan, lana, pieltro ibp. Mg̃a sunod sa moda at sa halagang mura.

Panahon kaigihan panahon bagama't may salit na ulan

16 Linggo *Pasko ng Muling Pagkabuhay ni Hesus* Ss. Engracia bg. at Lamberto mg̃a mr.
17 Lun. Ss. Aniceto papa mr. Fortunato at Macario mrs.
18 Mar. Ss. Perfecto presb. Apolonio senador.
19 Mier. Ss. Hermógenes mr. at León papa kp.

  Sa Pagliit sa Kambing 8.53.7. umaga

20 Hueb. Ss. Inés sa Monte Peliciano bg. Sulpicio at Serviliano mg̃a mr.
21 Bier. Ss. Anselmo ob. Simeón ob. at mr.

ANG ARAW AY TATAHÁK SA TAKDÁ NI DAMULAG SA IKA 5.29 NG GABI

Ang ipañganak sa mg̃a araw na itó hanggang ika 21 ng̃ Mayo kung lalaki'y mapañgahas, maraming makakagalit at mabibilanggô. Walang kabutihang pusô, ng̃uni't yayaman. Dapat mañgingat sa mg̃a hayop na makamandág, at kung babai'y malakas, may mabuting pagiisip, masipag ng̃uni't masalitâ lamang.

22 Sab. Ss. Sotero at Cayo papa mr.
23 Linggo *ng Albis*. Ss. Jorge mr. at Gerardo ob. kp.
24 Lun. Ss. Fidel mr. at Gregorio ob. kp.
25 Mar. Ss. Marcos Evangelista at Aniano kp.
26 Mier. Ntra. Sra de Dolores ó Turumba sa Pakil, Laguna. Ss. Cleto at Marcelino mg̃a papa.

Ang pagkamatay ng̃ Supremong Andres Bonifacio, taong 1897.

27 Hueb. Ss. Toribio arbo. sa Lima, Pedro Armengol mg̃a kp.

Ng̃ mamatay si Magallanes sa Maktan, sa katapañgan ni Sikalapulapu 1521.

28 Bier. Ss. Vidal (Pintakasi sa Sebú) at ang asawa niyang si Valeriana mga mr., Prudencio ob kp. at Teodora bg. at mr.

29 Sab. Ss. Pedro mr. (Pintakasi sa Hermosa, Bataan) at Paulino ob kp.

30 Linggo Ss. Catalina de Sena bg. (Pintakasi sa Samal, Bataan) at Sofia bg. at mga mr.

DR. N. REYES MOSCAIRA, DENTISTA. Walang sakit na bumunot ng ngipin. Magandang maglagay ng ngiping ginto ó garing. San Fernando blg. 1202, tabi ng tulay ng Binundok.

Ang aklat na kinagigiliwang ORACULO NI NAPOLEON ay mababasa ninyo sa AKLAT NA GINTO ni Honorio Lopez.

———————

ANG TIBAY. Ang mga sinelas, kotso, zapatilya at sapatos sa pagawaang ito, ay siyang mainam na pang Antipolo, pagka't magagara, panbundok at panlaban sa lupang malagkit.

KATUBUSAN: Gawaan ng sigarillo at tabako. Samahang ganap ng Pilipino. Daang Clavel at Barcelona San Nicolas, hanapin ninyo sa bawa't imbakan at tindahan ang kanyang mga masasarap at nakawiwiling hititin tabako at sigarrillo.

Lagay ng panahon. Ulan pulo pulo sa iba't ibang bahagi ng Kapuluan

MAYO.—1922

1 Lun. Ss. Felipe, Santiago ap. at Paciencia mr.

Ang Pista ng Paggawa bukas gagawin.

2 Mar. Ntra. Sra. de Antipolo. Ss. Atanacio ob. kp. at dr. at Felix ms.

3   Mier. *Pagtangkilik ni S. Jose.* Ang pagkatuklás ni sta. Elena sa mahál na sta. Cruz, (Pintakasi sa sta. Cruz, Maynila; Tansa, S. Pedro Tunasan; Llana Hermosa at sta. Cruz Marinduque). Ss. Alejandro papa mr. Antonina bg. at Maura ms.

4   Hueb. Ss. Mónica bao, (Pintakasi sa Botolan, Sambales. Angat, Bulakán). Ss. Ciriaco ob. Pelagia bg. at Autonia mga ms.

   SA PAGLAKI SA HALIMAW
8.56.8 NG GABI

5   Bier. Ss. Pio p. kp. Crecenciana, Irene mga mr.

6   Sab. Ss. Juan *Ante Portam Latinam*, Juan Damaceno kp. at Benedicta bg.

7   Linggo Divina Pastora sa Gapáng, N.E. Ss. Estanislao ob. at mr. Flavia, Eufrosina, at Teodora bg. at mga mr.

8   Lun. Ss. Miguel Arcangel, (Pintakasi sa San Miguel de Mayumo, Bulakan at Udióng, Bataan) Dionisio at Eladio ob. kp.

9   Mar. Ss. Gregorio Nacianceno ob. kp. at dr. Eladio cfr.

10 Mier. Ss. Antonio arz. at Nicolas card. cfrs.

11 Hueb. Ss. Mamerto ob. kp. at Máximo mr.

Prusisyon sa Antipolo ng Unang Siyam.

   KABILUGAN SA ALAKDAN 2.06.2 HAPON

12 Bier. Ss. Domingo de la Calzada cfr. at Pancracio mr.

13 Sab. Ss. Pedro Regalado kp. at Gliceria mr.

14 Linggo Ss. Bonifacio mr., Pascual papa kp. Justa at Justina mga mr.

15 Lun. Ss. Isidro magsasaká kp., (Pintakasi sa S. Isidro, N.E. sa Naik, Kabite; Pulilan, Bul. at Sambales) at Torcuato, Indalesio at Eufrasio mga ob. kp.

Honorio Lopez
AGRIMENSOR na may kapahintulutan ng Gobierno. Sumusukat at namamahala ng

pagpapatitulo ng̃ mg̃a lupa sa halagang mura. Sulatan siya o pagsadyain sa daang Sande blg. 1450, Tundó Maynila bago pasukat sa iba.

Naghihirap kayo sa pagbasa? Lumalabo ba ang inyong mata? Ipagtanong ang lunas sa doctor Optometrang Vedasto Muyot na may ari ng̃ EL ALVIO MUNDIAL sa daang Azcarraga blg. 512 at Moriones blg. 262. Walang bayad ang pagsangguni.

————————

Ang tabako at sigarrilyong GERMINAL ay siyang dapat hititin ng̃ Bayan pagka't siya ang laging umaabuloy sa kanyang mg̃a kapansanan. Kaya't siyang hanapin sa mg̃a tindahan.

ANG BATAS Ó LEY MUNICIPAL sa CODIGO ADMINISTRATIVO ni Honorio Lopez. Ipinagbibili sa lahat ng̃ Libreria sa Maynila sa halagáng Dalawang piso.

Mg̃a banta ng̃ pagsamâ ng̃ panahon sa Kanluran

Pagdating ni Legaspi sa Maynila. 1571.

16 Mar. Ss. Juan Nepomuceno mr. Ubaldo ob. kp. at Máxima mr.

17 Mier. Ss. Pascual Bailon, kp. (Pintakasi sa Ubando) at Restituta bg. at mr.

18 Hueb. Ss. Venancio mr., Felix sa Cantalicio kp., Alejandra at Claudia mg̃a bg. at mr.

19 Bier. Ss. Potenciana bg. at Pedro Celestino papa kp.

 SA PAGLIIT SA MANUNUBIG 2.16.9 MAD. ARAW

20 Sab. Ss. Bernardino de Sena at Teodoro ob. kp. Prusisyon sa Antipolo ng̃ Ikalawang Siyam.

21 Linggo. Ang pagpapakita ni S. Miguel Arcangel sa bundók ng̃ Gargano (Pintakasi sa Pagsanhan). Ss. Valente ob. at mr., at Hospicio kp.

22 Lun. Ss. Rita sa Casia bao, Quiteria at Julia mg̃a bg. at mr.

ANG ARAW TATAHÁK SA TAKDÁ NI MAGKAKAMBAL SA IKA 5.11 NG UMAGA

Ang ipanḡanak sa mḡa araw na ito hanggan ika 22 nḡ Hunyo, kung lalaki'y may mabuting pagiisip, mabait at mabuting ugalî. Hindî siya maghihirap, matutuwaín at tuso. Mahilig sa karununḡan. At kung babai naman ay matamis na kalooban; mapagpabayâ sa mḡa pagaarî, may hilig sa músika at pintura. Dapat maginḡat sa tuksó nḡ pag-ibig.

23 Mar. Ang pagpapakita ni Santiago ap. sa Espanya at Ss. Epitacio ob. at Basilio mr.

24 Mier. Ss. Melecio, Susana at Marciana mḡa mr.

25 Hueb. (krus) *Pagakyat ng Mananakop*. Ss. Urbano papa mr., Bonifacio at Gregorio papa kp.

26 Bier. Ss. Felipe Neri kp. at nt. (Pintakasi sa Mandaluyong) at Eleuterio papa mr.

Pista nḡ patay nḡ mḡa amerikano.

27 Sab. Ss. Juan papa mr. at Maria Magdalena sa Paris bg.

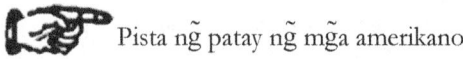

BAGONG BUÁN MAGKAKÁMBAL
2.4.0 M. ARAW

28 Linggo Ss. Emilio mr. Justo at German ob. kp.

29 Lun. Ss. Máximo at Maximino mḡa ob. at kp.

Prusisyon sa Antipolo nḡ Ikatlong Siyàm.

Nḡ itatag ang CORTE SUPREMA, 1899.

30 Mar. Ss. Fernando hari kp. (Pintakasi sa Lucena at S. Fernando, Kapampanḡan) at Felix papa mr.

31 Mier. Ss. Petronila at Angela mḡa bg.

Ikalawang paghihimaksik ng̃ Pilipinas 1898.

IMPRENTA ni H. Lopez, daang Sande blg. 1450 Tundo. Sa pamamagitan ng̃ sulatan ay tumatanggap ng̃ limbagin ukol sa mg̃a tarheta at kartel sa halalan.

LA BULAKEÑA 205 Rosario 205.—Almaceng ganap na Pilipino mapagbili ng̃ mg̃a barong lalaki, kuelyo, sapatos, korbata, mg̃a sumbalilong kalasyao, buntan, lana, pieltro ibp. Mg̃a sunod sa moda at sa halagang mura.

———

ANG TIBAY. Siyang gumagawa ng̃ mg̃a sinelas, kotso, zapatilya at sapatos na pantagulan, at kalaban ng̃ mg̃a sapatos de "goma" na di tinatagos ng̃ tubig.

KATUBUSAN: Gawaan ng̃ sigarillo at tabako. Samahang ganap ng̃ Pilipino. Daang Clavel at Barcelona San Nicolas, hanapin ninyo sa bawa't imbakan at tindahan ang kanyang mg̃a masasarap at nakawiwiling hititin tabako at sigarrillo.

Lagay ng panahon. Álang̃aning panahon sa dakong Silang̃an

HUNYO.—1922

1 Hueb. Ss. Panfilo, Felino at Segundo mg̃a mr. Iñigo abad kp.
2 Bier, Ss. Eugenio papa kp., Marcelino, Pedro at Blandina mg̃a mr.
3 Sab. Ss. Isaac mge. mr. Ceotilde hari at Oliva bg.

 SA PAGLAKI SA DALAGA 2.10.1
MADALING ARAW

4 Linggo *ng Pentecostes ó Pagpanaog ng Mahal na Diwa.* Ss. Francisco Carracecolo kp. at nt. at Saturnina bg at mr.
5 Lun. Ss. Bonifacio ob. mr. at Sancho mr.

Pagkamatay ni Hen. A. Luna. 1899.

6   Mar. Ss. Norberto ob. kp. at nt, Claudio ob. kp. at Candida at Paulina mg̃a mr.

ARAW NG HALALAN—(Pang̃ilin)

7   Mier. Ss. Roberto ob kp. at Pedro pb. mr.

Prusisyon sa Antipolo sa Ikapat na Siyam.

8   Hueb Ss. Maximino at Severino mg̃a ob. at kp. Salustiano at Victoriano mg̃a kp.
9   Bier. Ss. Primo at Feliciano mg̃a mr. at Pelagia bg. at mr.

   KABILUGAN SA MAMAMANA
11.57.9 GABI

10   Sab. Ss. Crispulo at Restituto mg̃a mr. at Margarita, harî.
11   Linggo *Stma. Trinidad* Ss. Bérnabe ap. Felix at Fortunato mg̃a mr. Aleida, Flora at Roselina mg̃a bg.
12   Lun. Ss. Juan sa Sahagun, Olimpio ob. at Onofre anacoreta mg̃a kp.

Ng̃ ihiyaw ang kasarinlan ng̃ Pilipinas sa Kawit 1898.

13   Mar. Ss. Antonio sa Padua kp., (Pintakasi sa Rosales). Aquilina at Felicula mg̃a bg. at mr.
14   Mier. Ss. Basilio ob. kp., Eliseo mh., Quinciano ob kp. at Digna bg.
15   Hueb. *ng Corpus Christi*, Ss. Vito, Modesto, Crescencia at Benilda mg̃a mr.
16   Bier. Ss. Quirico, Julia mg̃a mr., Juan F. de Regis at Lutgarda bg.

Prusisyon sa Antipulo sa Ikalimang Siyam.

Felix Valencia
Abogado at Notario
Tumatanggap ng̃ mg̃a usaping lalong maseselan, daang Moriones 102. Tundo.

FRANCISCO ASTUDILLO DENTISTA. Bumubunot, nagpapasta, lumilinis at naglalagay ñg m̃ga ñgiping garing at ginto. S. Fernando blg. 1101-13 Binundok

---

Ang tabako at sigarrilyong GERMINAL ay siyang dapat hititin ñg Bayan pagka't siya ang laging umaabuloy sa kanyang m̃ga kapansanan. Kaya't siyang hanapin sa m̃ga tindahan.

FRANCISCO ASTUDILLO DENTISTA. Bumubunot, nagpapasta, lumilinis at naglalagay ñg m̃ga ñgiping garing at ginto. S. Fernando blg. 1101-13 Binundok
M̃ga hañgin makulimlim malalakas na ulan

17 Sab. Ss. Manuel, Sabel at Ismael m̃ga mr.

  SA PAGLIIT SA ISDA 8.3.2 NG GABI

18 Linggo Ñgayon gagawin ang pagbubunyi ng *Corpus Christi*. Ss. Ciriaco at Paula bg. at mr.
19 Lun. Ss. Gervasio at Protasio m̃ga mr. at Julia Falconeri vgnes.

Kapañganakan kay Dr. JOSÉ PROTACIO RIZAL
at MERCADO. 1861.

20 Mar. Ss. Silverio mr. at Macario ob. kp.
21 Mier. Ss. Luis Gonzaga kp at Demetria bg. at mr.

Ñg mahayag ó matatag ang Siyudad ñg Maynila, 1574.

22 Hueb. Ss. Paulino ob. kp. at Consorcia bg.

ANG ARAW AY TATAHAK
SA TAKDA NI ALIMANGO
1.27 NG HAPON

Papasok ang panahon sa Tagulan.

Ang ipanganak mulâ sa araw na ito hanggang ika 24 ng Hulyo, kung lalaki ay maibigin ng babai, palausapin, nanganganib sa pagdaragát, matalino kung minsan at yayaman kung makakita ng mabuting hanap buhay at kung babai'y mapagmataas, masipag, karamiha'y mapapahamak sa tubig at mahirap manganak.

23 Bier. *Kamahalmahalang Puso ni Hesus.* Ss. Juan prb. mr. at Agripina bg. at mr.
24 Sab. *Kalinislinisang Puso ni Maria.* Ang panganganak kay S. Juan Bautista, (Pintakasi sa Liang, Taytay, Kalamba, Lilio at Kalumpit). Ss. Símplicio at Teódulo mga ob. at kp.
25 Linggo Ss. Guillermo ab. kp. at Galicano mr. Prusisyon sa Antipulo sa Ikanim na Siyam.

   Bagong Buan sa Alimango
12.19.7 hapon

26 Lun. Ss. Juan at Pablo mga mr. at Daniel erm.
27 Mar. Ss. Zóilo mr. at Ladislao harî kp.
28 Mier. Ss. León papa kp. at Irineo ob. mr.
29 Hueb. Ss. Pedro at Pablo, apostoles (Pintakasi sa Apalit, Kalasyaw, Siniloan, Kalawag Unisan) at Marcelo mr.
30 Bier. Ang pagaalala kay San Pablo apostol. Ss. Lucina alagad ng mga apostoles at Emilia mr.

LIBRERIA ni P. Sayo balo ni Soriano. Makabibili rito ng ano mang aklat sa tagalog, ingles at kastila, mga kagamitan sa pagsulat, ibp., sa halagang mura. Rosario blg. 225 Binundok.

LA BULAKEÑA 206 Rosario 205.—Almaceng ganap na Pilipino mapagbili ng mga barong lalaki, kuelyo, sapatos, korbata, mga sumbalilong kalasyao, buntan, lana, pieltro ibp. Mga sunod sa moda at sa halagang mura.

———————

ANG TIBAY. Ang pagkamaingating magpagawa ng mga may ari ng Sinelasang ito at Sapatusan ay siyang ikinabantog sa TIBAY at ganda sa lahat ng dito'y niyayari.

KATUBUSAN: Gawaan n͡g sigarillo at tabako. Samahang ganap n͡g Pilipino. Daang Clavel at Barcelona San Nicolas, hanapin ninyo sa bawa't imbakan at tindahan ang kanyang m͠ga masasarap at nakawiwiling hititin tabako at sigarrillo.

Lagay ng panahon. Ulan ó ambon lamang na may lalakas na kulog pabuti ang

HULYO.—1922

1   Sab. Ss. Teodorico pb. at Simeón m͠ga kp.

N͡g patain sa Sarajevo, Bosnia si Artsiduke Francisco
Fernando na pinagmulan n͡g pinakamalaking pagbabaka
sa Europa. 1914.

2   Linggo. Ang pagdalaw ni G. Sta. María kay Sta. Isabel. Ss. Proceso at Martiniano m͠ga mr.

 Sᴀ Pᴀɢʟᴀᴋɪ sᴀ Tɪᴍʙᴀɴɢᴀɴ 6.51.9 ᴜᴍᴀɢᴀ

3   Lun. Ss. Jacinto mr., Anatalio at Eliodoro m͠ga ob. at kp. [Pagaalsa n͡g m͠ga Bisayâ, 1618]

N͡g mamatay si G. Marcelo H. del Pilar sa Barcelona, 1896.

4   Mar. (*) Ss. Laureano arz. sa Sevilla mr. at Flaviano, Elias, Uldarico m͠ga ob. at kp.

Ang ika 145 sa pagdiriwang n͡g m͠ga Norte-Amerikano
sa kanilang pagsasarili, 1776.
Prusisyon sa Antipulo sa Ikapitong Siyam.

5   Mier. Ss. Numeriano ob. kp. Cirila mr. at. Filomena bg.
6   Hueb. Ss. Tranquilino pb. mr. Isaías mh. Dominga bg. at Lucia mr.

Mula n͠gayon malayo ang Lupa sa Araw.

7   Bier. Ss. Fermin ob. Odón at Apolonio mᵹa ob. at kp.

Nᵹ itapon si Rizal sa Dapitan 1892.

8   Sab. Ss. Isabel hari, Procopio mr. at Pricila.
9   Linggo Ss. Cirilo ob. mr., Briccio ob. kp. at Anatolia bg. at mr.

 Kabilugan sa Kambing 11.7.3 umaga

10   Lun. Ss. Rufina at Segunda mᵹa bg. at mr. at Apolonio mr.

Nᵹ mamatay si José M. Basa sa Hongkong 1908.

11   Már. Ss. Pio I papa at Abundio ob. mr.
12   Mier. Ss. Juan abad Marciana bg. at Epifania mr.
13   Hueb. Ss. Anacleto papa mr. at Turiano ob. at kp.
14   Bier. Ss. Buenaventura kd., (Pintakasi sa Mauban) at Focas ob at mr.

Mga nagsisipagbayad nᵹ patente nᵹ RENTAS INTERNAS,
umagap na bumayad, hanggang ika 20 nᵹ huwag
marekargohan ó multahán.

15   Sab. Ss. Enrique emp. kp. at Camilo sa Lelis kp.

Honorio Lopez

AGRIMENSOR na may kapahintulutan nᵹ Gobierno. Sumusukat at namamahala nᵹ pagpapatitulo nᵹ mᵹa lupa sa halagang mura. Sulatan siya o pagsadyain sa daang Sande blg. 1450, Tundó Maynila bago pasukat sa iba.

Naghihirap kayo sa pagbasa? Lumalabo ba ang inyong mata? Ipagtanong ang lunas sa doctor Optometrang Vedasto Muyot na may ari nᵹ EL ALVIO MUNDIAL sa daang Azcarraga blg. 512 at Moriones blg. 262. Walang bayad ang pagsangguni.

———————————

Ang tabako at sigarrilyong GERMINAL ay siyang dapat hititin ng Bayan pagka't siya ang laging umaabuloy sa kanyang mga kapansanan. Kaya't siyang hanapin sa mga tindahan.

KATUBUSAN: Gawaan ng sigarillo at tabako. Samahang ganap ng Pilipino. Daang Clavel at Barcelona San Nicolas, hanapin ninyo sa bawa't imbakan at tindahan ang kanyang mga masasarap at nakawiwiling hititin tabako at sigarrillo.

Panahong ala nga madalas na ulang hangin at kulog.

16 Linggo. Ang pagtatagumpay ng mahal na Santa Cruz. Ntra. Sra. del Carmen. Ss. Sisenando at Fausto mga mr.

17 Lun. Ss, Alejo kp., Marcelina bg., Generosa, Genoveva at Donata mga mr.

 Sᴀ Pᴀɢʟɪɪᴛ sᴀ Tᴜᴘᴀ 1.11.0 ʜᴀᴘᴏɴ

18 Mar. Ss. Camilo, Sinforosa, Getulio mga mr. at Marina bg at mr.

19 Mier. Ss. Justa, Rufina at Aurea mga bg. at mr. Vicente de Paul kp. at Simaco papa kp.

20 Hueb Ss. Margarita at Librada mga bg. at mr., Elias mh; at Severa bg.

21 Bier. Ss. Praxedes bg., Daniel mh. at Julia bg. at mr.

22 Sab. Ss. Maria Magdalena, [Pintakasi sa Kawit, Magdalena at Pelilia] at Platón mr.

23 Linggo. Ss. Apolinar ob. at mr., Liborio ob. kp. at Primitiva bg. at mr.

24 Lun. Ss. Cristina bg. at mp., Francisco Solano kp. at Victor mr.

ANG ARAW TATAHÁK SA
TAKDA NI
HALIMAW 12 20 NG GABI

Ang ipanganak mulâ sa araw na itó hanggang 24 ng Agosto, kung lalaki'y mabalasik, mapagmalaki, mapagbiro, magkakatungkulan, magkakasalapi sa sipag, mapapahamak sa apoy, sandata at mabañgis na hayop. At kung babai mabigat magsalitá at mapapahamak sa apoy.

BAGONG BUWAN SA HALIMAW
8.47.1 NG GABI

25 Mar. Ss. Santiago ap. Cristobal at Florencio mg̃a mr at Valentina bg. at mr.
26 Mier. Ss. Ana, ina ni G. Sta. María [Pintakasi sa Hagonoy at Sta. Ana Maynila] at Pastor pb.
27 Hueb. Ss. Pantaleon, Jorge at Natalia mga mr.
28 Bier. Ss. Nazario, Celso at Victor mg̃a papa at mr. at Inocencio papa kp.
29 Sab. Ss. Marta bg., Lupo ob. kp., Lucila at Flora mg̃a bg. at Beatriz mr.
30 Linggo Ss. Abdón, Senén at Rufina mg̃a mr.
31 Lun. Ss. Ignacio de Loyola kp. at fdr. at Fabio at Demócrito mg̃a mr.

SA PAGLAKI SA ALIMANGO
12.21.6 HAPON

Honorio Lopez
AGRIMENSOR na may kapahintulutan ñg Gobierno. Sumusukat at namamahala ñg pagpapatitulo ñg mg̃a lupa sa halagang mura. Sulatan siya o pagsadyain sa daang Sande blg. 1450, Tundó Maynila bago pasukat sa iba.

Binibini Ñg̃ huwag kang pagisipan ñg masama nino mang lalaki basahin ang AKLAT NA GINTO.

———————

ANG TIBAY. Ang hirang na mg̃a kagamitang ginagamit ñg Sinelasang ito at Sapatusan, at pagkamaselang magpagawa ñg mg̃a may ari no ay siyang ipinararagdag ñg kanyang mg̃a suki't mamimili.

KATUBUSAN: Gawaan ng̃ sigarillo at tabako. Samahang ganap ng̃ Pilipino. Daang Clavel at Barcelona San Nicolas, hanapin ninyo sa bawa't imbakan at tindahan ang kanyang mg̃a masasarap at nakawiwiling hititin tabako at sigarrillo.

Lagay ng panahon. Mabuting panahon mg̃a pulô pulong

AGOSTO.—1922

1 Mar. Ss. Pedro Advíncula, Fé, Esperanza at Caridad mg̃a bg. at mr.

2 Mier. Ntra. Sra. ng̃ mg̃a Ángeles. Ss. Esteban papa mr., Teódora at Alfonzo María de Ligorio ob., kp. at dr.

3 Hueb. Ss. Eufronio at Pedro mg̃a ob. at kp

4 Bier. Ss. Domingo de Guzman kp. at nt. (Pintakasi sa Abukay) at Perpetua bao.

5 Sab. Ntra Sra. de las Nieves, Ss. Emigdio ob mr. at Afra mr.

6 Linggo. Ang pagliliwanag ng̃ katawán ng̃ A. P. Mánanakop sa bundók ng̃ Tabor, [Pintakasi sa Kabintî]. Ss. Sixto papa mr., Justo at Pastor mg̃a mr.

7 Lun. Ss. Cayetano kp. at nt., Donato ob., Fausto mrs. at Alberto kp.

8 Mar. Ss. Ciriaco, Leonides at Esmeragdo mg̃a mr. at Severo pb. kp.

 KABILUGAN SA MANUNUBIG 12.18.7 GABI

9 Mier. Ss. Roman at Marceliano mg̃a mr. at Domiciano ob. kp.

10 Hueb. Ss. Lorenzo mr. [Pintakasi sa Bigaá] Filomena at Paula bg. at mr.

11 Bier. Ss. Tiburcio at Suzana bg. at mr.

12 Sab. Ss. Sergio, Clara bg. at nt., Felicísima at Digna mr.

13 Linggo Ss. Caciano ob., Hipólito at Concordia mg̃a mr.

Pagkahiwaláy ng̃ Pilipinas sa Espanya, 1898

Pagdidiwang ng̃ Amerikano at Tagalog sa
pagkakáligtas ng̃ Pilipinas (Pang̃iling Araw)

14 Lun. Ss. Eusebio prb. at kp., Demetrio at Atanasia bao.

PAPAITUKTOK ANG ARAW

15 Mar. *Asuncion ó* Ang pag-akiat sa Lang̃it ni G. Sta. María
(Pintakasi sa Bulakán). Ss. Alipio ob. at kp. Valeria bg.

LIBRERIA ni P. Sayo balo ni Soriano. Makabibili rito ng̃ ano
mang aklat sa tagalog, ingles at kastila, mg̃a kagamitan sa pagsulat,
ibp., sa halagang mura. Rosario blg̃. 225 Binundok.
Dr. PEDRO O. LOPEZ CIKUHANO-DENTISTA. Sa mg̃a
sakit sa bibig at ng̃ipin. Sande 1450. Tondo Maynila

_____

Ang tabako at sigarrilyong GERMINAL ay siyang dapat
hititin ng̃ Bayan pagka't siya ang laging umaabuloy sa kanyang mg̃a
kapansanan. Kaya't siyang hanapin sa mg̃a tindahan.
Ang aklat na kinagigiliwang ORACULO NI NAPOLEON ay
nababasa ninyo sa AKLAT NA GINTO ni Honorio Lopez
ulan lalo na sa gabi pabago bagong panahon

16 Mier. Ss. Jacinto at Roque mg̃a ob. at kp.

  SA PAGLIIT SA DAMULAG 4.45.8 UMAGA

17 Hueb. Ss. Pablo at Juliana mg̃a mr.
18 Bier. Ss. Agapíto at Lauro mg̃a mr., Elena empe. at Clara de
Monte Falco bg.
19 Sab. Ss. Luis ob. Pintakasi sa Baler at Lukban Tayabaso
Mariano at Rufino mg̃a kp.
20 Linggo Ss. Joaquin ama ni Santa Maria [Pintakasi sa Alaminos]
Bernardo ab. at dr., Leovigildo at Cristobal mg̃a mr.
21 Lun. Ss. Juana, bao at Ciriaca bg.
22 Mar. Ss. Timoteo, Felisberto at Mauro mg̃a mr.

23　Mier. Ss. Felipe Benicio kp. at Fructuosa mr.

 BAGONG **B**UWAN SA **H**ALIMAW 4.34.0
NG **U**MAGA

24 Hueb. Ss. Bartolome ap. (Pintakasi sa Malabon, Rizal at Nagkarlang) at Aurea bg. mr.

ANG ARAW TATAHAK
SA TAKDA NI DALAGA
SA IKÁ 1-15 NG GABI

Ang ipanganak mulâ sa araw na ito hanggang ika 23 ng Septiembre, kung lalaki'y magiliwin sa katungkulan, matalino, mapapahamak sa mga tulisán. At kung babai'y mapaglaán, mabait, maraming kapahamakang aabutin kung magkaasawa, sa sipag ay yayaman.

25 Bier Ss. Luis harí, Gerundio ob., Patricia bg. at Ginés at Magín mga mr.
26 Sab. Ss. Ceferino papa at Victor mr.
27 Linggo Ss. José de Calasanz at Licerio ob.
28 Lun. Ss. Agustin ob., [Pintakasi sa Baliwag, Malabón, Kabite at Bay], Moisés Anacoreta at Pelagio mr.

Ang unang hiyaw sa pagasasarili ng Bayang
Pilipinas, sa Balintawak, 1896.

29 Mar. Ang pagpugot sa ulo ni S. Juan Bautista. Ss. Sabina bg. at Cándida mr.

 SA **P**AGLÁKI SA **M**AMAMANA 7.54.9 **G**ABI

Kapanganakan kay Marcelo H. del Pilar, 1850.

30 Mier. Ss. Rosa sa Lima bg. (Pintakasi sa Sta. Rosa, Laguna, Panikí at Moncada.) at Gaudencia bg.

31   Hueb. Ss. Ramón Nonato kd. at Paulino ob. at mr.

Felix Valencia
Abogado et Notario

Tumatanggap ng̃ mg̃a usaping lalong maseselan, daang Moriones 102. Tundo.

Hanapin mula sa buwang ito ang Kalendario ni Honorio Lopez sa taong 1922 at maraming mababasang makabuluhan sa kabuhayan.

ANG TIBAY. Ang unang Sinelasan at Sapatusang pinarisan ng̃ iba sa nagkukumpuni kung nasira ang kanyang mg̃a yari, na walang bayad kailan ma't maaaring kumpunihin pa.

LA BULAKEÑA 205 Rosario 205.—Almaceng ganap na Pilipino mapagbili ng̃ mg̃a barong lalaki, kuelyo, sapatos, korbata, mg̃a sumbalilong kalasyao, buntan, lana, pieltro ibp. Mg̃a sunod sa moda at sa halagang mura.

Lagay ng panahon. Kainaman mg̃a pagdidilim ó ulan

SEPTIEMBRE.—1922

1   Bier. Ss. Gil ab., Ana mh., Prisco, Constancio at Victorio mg̃a ob. at kp.
2   Sab. Ss. Esteban hari at kp., Elpidio ob. Maxima at Calixta mg̃a mr.
3   Linggo *Ntra. Sra. de Correa o Consolacion* Ss. Serapia bg. at mr. at Simeón Estilita ang binata.
4   Lun. Ss. Marcelo mr. Rosalia at Rosa de Viterbo mg̃a bg.

Ng̃ barilin sina Sancho Valenzuela, Eugenio Silvestre, Modesto Sarmiento at Ramón Peralta. 1896.

5   Mar. Ss. Lorenzo ob. Romulo at Obdulia bg.
6   Mier. Ss. Eugenio mr. at Zacarias mh.

   KABILUGAN SA ISDA 3.47.2 HAPON

7   Hueb. Ss. Régina bg. at Clodoaldo pb. at kp.

Ñg mamatay ang "Pilologong" si Eusebio Daluz.

Nagtatág ñg Akademia Pilipino 1919.

8   Bier. Ang pañgañganak kay G. Santa María, [Pintakasi sa Pañgil]. Ss. Adriano at Nestorio mga mr.
9   Sab. Ss. Sergio pápa kp., Doroteo, Gorgonio at Severiano mga mr.
10 Linggo Ss. Nicolas sa Tolentino kp. [Pintakasi sa Karanglan N. E. at Makabebe Kap.] Hilario papa at Victor ob.
11 Lun. Ss. Vicente abad mr., Emiliano ob. kp. at Teodora nagbatá.
12 Mar. Ang matamis na ñgalan ni Maria. Ss. Leoncio mr. Guido kp. at Perpetua bg.

Ñg barilín sa Kabite sina Severino Lapidario, Alfonzo Ocampo, Luis Aguado, Victoriano Luciano, Máximo Inocencio, Francisco Osorio, Hugo Perez, José Lallana, Antonio S. Agustin, Agapito Conchú, Feliciano Cabuco, Mariano Gregorio at Eugenio Cabesas, 1896.

13 Mier. Ss. Felipe at Ligorio mga mr. Eulogio at Amado mga ob. at kp.
14 Hueb. Ang Pagkahayag ñg mahál na Sta. Cruz. Ss. Cornelio papa at Cipriano ob. at mr.

   SA PAGLIIT SA MAGKAKAMBAL
6.20.0 GABI

DR. N. REYES MOSCAIRA, DENTISTA. Walang sakit na bumunot ñg ñgipin. Magandang maglagay ñg ñgiping ginto ó garing. San Fernando blg. 1202, tabi ñg tulay ñg Binundok.
Binibini: Ñg huwag kang pagisipan ñg masama nino mang lalaki basahin ñg AKLAT NA GINTO.

Ang tabako at sigarrilyong GERMINAL ay siyang dapat hititin ng Bayan pagka't siya ang laging umaabuloy sa kanyang mga kapansanan. Kaya't siyang hanapin sa mga tindahan.

Dʀ. PEDRO O. LOPEZ CIRUJANO-DENTISTA Sa mga sakit sa bibig at ngipin. Sande 1450, Tondo Maynila.

sa kanlurang may hangin raniwan

15 Bier. Ss. Nicomedes at Porfirio mga mr., ang pagpapakita ni Sto. Domingo sa bayang Soriano.

16 Sab Ss. Eufemia bg., Geminiano, Lucia at Sebastiana mga mr.

17 Linggo Ss. Pedro sa Arbues, Crecencio, Lamberto ob. Teodora mga, mr.

18 Lun. Ss. Tomás sa Villanueva ob. kp. at Sofia at Irene mga mr.

19 Mar. Ss. Genaro ob. mr. Rodrigo ob. at Constancia mr.

20 Mier. Ss. Eustaquio, Teopista, Felipa at Fausta.

21 Hueb. Ss. Mateo apóstol at evangel, Efigenia bg. at Pánfilo mr.

 Bᴀɢᴏɴɢ Bᴜᴡᴀɴ sᴀ Dᴀʟᴀɢᴀ 12.38.3 ɴɢ Hᴀᴘᴏɴ

Paglalahong ganap ng Araw na makikita sa ika 12.30 ng tanghali

22 Bier. Ss. Mauricio at Cándido mga mr.

23 Sab. Ss. Lino papa mr. at Tecla bg. at mr.

24 Linggo Ntra. Sra. ng Merced. Ss. Tirso mr. at Dalmacio kp.

ANG ARAW TATAHAK
SA TAKDA NI TIMBANGAN SA
IKA 10.20 NG GABI

Papasok ang panahon sa tiglamig

Ang ipanganak mula sa araw na itó hanggang ika 24 ng Oktubre, kung lalaki'y mahahablahin, mapapalarin sa pangangalakal, dapat umilag sa apoy. At kung babai'y masayahin at ikagiginhawa ng asawa.

25 Lun. Ss. Lope ob. kp. María ng Socorro bg, Pacífico kp.
26 Mar. Ss. Cipriano at Justina bg. at mga mr.
27 Mier. Ss. Cosme at Damian mga mr.
28 Hueb. Ss. Wenceslao mr. at Eustaquia bg.

     SA PAGLAKI SA KAMBING
6.40.4 NG UMAGA

29 Bier, Ss. Miguel Arcángel (Pintakasi sa San Miguel sa Maynila, San Miguel de Mayumo, Marilaw at Tayabas) at Eutiquio mr.
30 Sab. Ss. Gerónimo kp., nt. at dr. [Pintakasi sa Morong] at Sofia bao.

Honorio Lopez AGRIMENSOR na may kapahintulutan ng Gobierno. Sumusukat at namamahala ng pagpapatitulo ng mga lupa sa halagang mura. Sulatan siya o pagsadyain sa daang Sande blg. 1450, Tundó Maynila bago pasukat sa iba.

Walang ganap at magaling pagbasahin ng mga naapi gaya ng ABOGADO NG BAYAN unang tomo. Piso ang halaga sa lahat ng Libreria.

———————

ANG TIBAY. Ang tanging Sinelasan at Sapatusan na naglilinkod at dumadayo sa bahay ng nagpapagawa, (sa Maynila lamang) kailan ma't tawagin sa telepono ó sa sulat upang sukatan ang kanilang mga paa.

Ng kagaanan ka ng dugo ng sino man, basahin mo ang AKLAT NA GINTO Limang Piso ang halaga.

Lagay ng panahon. Mga banta ng malalakas na ulan pa bago

OKTUBRE.—1922

1 Linggo Ang kadakilaan ng̃ Santo Rosario, (Pintakasi sa Urani, Manawag, sa Malabón Grande Kabite; Angeles, Kap.; Luisiana, Lag.; López, Tayabas.) Ss. Angel, Remigio ob. kp. at Platón.

2 Lun. Ang mg̃a santong Angel na nagiing̃at sa atin, (Pintakasi sa Catedral ng̃ Sebú) at Ss. Leodegario ob. at Gérino mga mr.

3 Mar. Ss. Cándido mr. at Gerardo ab. kp.

4 Mier. Ss. Francisco sa Asis, ngt. (Pintakasi sa Lumbang, S. Francisco, Malabon, Maykawayan at Saryaya, Tayabas) Petronio ob., Crispo Kp. at Aurea bh.

5 Hueb. Ss. Plácido, Plavia bg. at mr., Froilan at Atilano mg̃a ob, at Flaviana bg.

6 Bier. Ss. Bruno ob. at Román ob. at mr.

 Kabilugan sa Tupa 8.58.3 Umaga

7 Sáb. Ntra. Sra. de las Victorias ó Rosario. Ss. Marcos papa, Sergio mr., Julia at Justina mg̃a bg.

8 Linggo Ss. Brigida bao at Pelagia mbta.

9 Lun. Ss. Dionisio ob. at Rústico pr. sb. Eleuterio dk. mg̃a mr.

10 Mar. Ss. Francisco sa Borja at Luis Beltrán.

11 Mier. Ss. Nicasio ob. mr. at Plácida bg.

12 Hueb. Sta. María ng̃ Pilar sa Zaragóza (Pintakasi sa Imus, sa Sta. Cruz, Maynila at sa Pilar, Bataán) Ss. Felix at Cipriano mg̃a ob. at mr.

13 Bier. Ss. Eduardo hari, Fausto, Genaro at Marcial mg̃a mr.

14 Sáb. Ss. Calixto papa at Fortunata bg. at mr.

 Sa Pagliit sa Alimango 5.55.4 umaga

Mg̃a nagsisipagbayad ng̃ patente ng̃
RENTAS INTERNAS, bukas ay umagap
na bumayad ng̃ huwag marekargohan ó multahán.

15   Linggo Ss. Teresa de Jesus ntg, Aurelia mga bg.

Hubileyo ng 40 horas sa Binundok sa
kapistahan ng Sto. Rosario Prusisyon sa Sta. Cruz, Maynila.

16   Lun. Ss. Florentino ob. at Galo ab. kp.

Araw ng Panunumpa ng mga Bagong Halal.

LIBRERIA ni P. Sayo balo ni Soriano. Makabibili rito ng ano
mang aklat sa tagalog, ingles at kastila, mga kagamitan sa pagsulat,
ibp., sa halagang mura. Rosario blg. 225 Binundok.
LA BULAKEÑA 202 Rosario 205.—Almaceng ganap na
Pilipino mapagbili ng mga barong lalaki, kuelyo, sapatos, korbata,
mga sumbalilong kalasyao, buntan, lana, pieltro ibp. Mga sunod sa
moda at sa halagang mura.

———————

Ang tabako at sigarrilyong GERMINAL ay siyang dapat
hititin ng Bayan pagka't siya ang laging umaabuloy sa kanyang mga
kapansanan. Kaya't siyang hanapin sa mga tindahan.
KATUBUSAN: Gawaan ng sigarillo at tabako. Samahang
ganap ng Pilipino. Daang Clavel at Barcelona San Nicolas, hanapin
ninyo sa bawa't imbakan at tindahan ang kanyang mga masasarap at
nakawiwiling hititin tabako at sigarrillo.
bagong panahon sa kanluran
Ng matatag ang Kapulungang bayan [1906] at ng matatág ang
Senado at Junta Municipal ng Siyudad ng Maynila na pawang halal
ng bayan [1916.]

17   Mar. Ss. Eduvigis bao at Ándrés mr.
18   Mier. Ss. Lucas Evangelista at Julian erm.
19   Hueb. Ss. Pedro Alcántara [Pintakasi sa Pakil] at Aquilino
      ob.
20   Bier. Ss. Juan Cancio kp., Irene bg. Feliciano ob. at Artemio
      mga mr.

BAGONG BUÁN SA ALAKDÁN
9.40.2 GABI

21 Sáb. Ss. Hilarión ob. at Ursula bg. mg̃a mr. [Pintakasi sa Bay.]
22 Linggo Ss. María Salomé bao, Nunilón, Alodia. bg. mr. at Heraclio mr.
23 Lun. Ss. Pedro Pascuál ob. mr., Servando at German mg̃a mr. Juan Capistrano kp.
24 Mar. Ss. Rafael Arcangel [Pintakasi sa San Rafael, Bul.] at Fortunato mr.

ANG ARAW AY TATAHAK
SA TAKDA NI ALAKDAN SA
IKA 12.53 NG ARAW

Ang ipang̃anak mulâ sa araw na itó hanggang ika 23 ng̃ Nobyembre, kung lalaki'y mapang̃ahas, mahahalay magsalitâ, dapat magsikap ng̃ yumaman. At kung babai'y mapagmalaki at mababauhin.

25 Mier, Ss. Gavino Proto, Marciano, Crisanto at Daria mg̃a mr. at Eruto kp.
26 Hueb. Ss. Evaristo papa mr. Crispin, Crispiniano, Rogaciano at Felicísimo mg̃a mr.
27 Bier. Ss. Florencio, Vicente, Sabina at Cristeta mg̃a mr.
28 Sab. Ss. Simón ap. Gaudioso kp. Tadeo ap.

SA PAGLAKI SA MANUNUBIG
9.26.4 GABI

29 Linggo Ss. Narciso ob. mr. at Eusebia bg. at mr
30 Lun. Ss. Marcelo Centurión, Claudio, Ruperto at Victorio mg̃a mr.

Ng̃ ípagdiwang ang muling pagwawagayway
ng̃ Watawat Pilipino. 1919.

31 Mar. Ss, Quintin Nemesio at Lucila bg. mga.mr.

Felix Valencia
Abogado at Notario

Tumatanggap ng̃ mga usaping lalong maseselan, daang Moriones 102. Tundo.

FRANCISCO ASTUDILLO DENTISTA. Bumubunot, nagpapasta, lumilinis at naglalagay ng̃ mga ng̃iping garing at ginto. S. Fernando blg. 1101-13 Binundok

---

ANG TIBAY. Magpahanda na kayo ng̃ inyong sinelas, kotso, sapatilya sapatos ó botitos na pamasko na makakabagay ng̃ bago ninyong terno ó trahe.

KATUBUSAN: Gawaan ng̃ sigarillo at tabako. Samahang ganap ng̃ Pilipino. Daang Clavel at Barcelona San Nicolas, hanapin ninyo sa bawa't imbakan at tindahan ang kanyang mga masasarap at nakawiwiling hititin tabako at sigarrillo.

Lagay ng panahon. Malakas na Hang̃in Pagdidilim

NOBYEMBRE.—1922

1 Mier. Ang dakilang araw ng̃ lahat ng̃ Banal. Ss. Cesareo, Severino at Juliana mga mr.

2 Hueb. *Undas* Ang pag-aalaala sa mga namatay na binyagan. Ss. Victorino ob. at Marciano kp.

3 Bier. Ss. Valentin pb., Hilario at Cesareo mr.

Ng̃ barilin si Honorato Onrubia 1896.

4 Sab. Ss. Carlos Borromeo kd. Modesta bg, Claro at Porfirio mga mr.

5 Linggo Ss. Zacarías at Isabel magulang ni S. Juan Bautista, Filoteo mr. at Dominador ob.

 KABILUGAN SA DAMULAG 2.36.5
MADALING ARAW

6   Lun. Ss. Severo ob. mr at Leonardo kp.

7   Mar. Ss. Rafo at Florencio at Carina mr.

8   Mier. Ss. Severo at Severino mg̃a mr, at Diosdado papa at Godofredo ob. kp.

9   Hueb. Ss. Teodoro mr. at Agripino ob. kp.

10   Bier. Ss. Andrés Avelino at Demetrio ob. mr. at Filomena mr.

11   Sab. Ss. Martin [Pintakasi sa Bukawe at Taal] at Mena mr.

12   Linggo Ntra. Sra. de la Soledad. [Pintakasi sa Tang̃uay] Ntra. Srâ ñg̃ Biglág Awâ. Ss. Diego pk, [Pintakasi sa Puló at Gumaka] Aurelio, Publio ob. at Paterno mg̃a mr.

 SA PAGLIIT SA HALIMAW
3.52 5 HAPON

13   Lun. Ss. Arcadio at Probo mg̃a mr. Nicolás papa, Estanislao sa Kostka at Homobono kp.

14   Mar. Ss. Serapio mr. at Lorenzo ob. kp.

15   Mier. Ss. Eugenio arzobispo mr. Gertrudis bg, at Leopoldo kp.

16   Hueb. Ss. Rufino, Elpidio at Eustaquio mres.

17   Bier. Ss. Gregorio Taumaturgo ob. kp. Acisclo at Victoria mg̃a mr.

DR. N. REYES MOSCAIRA, DENTISTA. Walang sakit na bumunot ñg̃ ng̃ipin. Magandang maglagay ñg̃ ng̃iping ginto ó garing. San Fernando blg. 1202, tabi ñg̃ tulay ñg̃ Binundok.

Naghihirap kayo sa pagbasa? Lumalabo ba ang inyong mata? Ipagtanong ang lunas sa doctor Optometrang Vedasto Muyot na may ari ñg̃ EL ALVIO MUNDIAL sa daang Azcarraga blg. 512 at Moriones blg. 262. Walang bayad ang pagsangguni.

———————————

Ang tabako at sigarrilyong GERMINAL ay siyang dapat hititin ñg̃ Bayan pagka't siya ang laging umaabuloy sa kanyang mg̃a kapansanan. Kaya't siyang hanapin sa mg̃a tindahan.

LA BULAKEÑA 205 Rosario 205.—Almaceng ganap na Pilipino mapagbili ng̃ mg̃a barong lalaki, kuelyo, sapatos, korbata, mg̃a sumbalilong kalasyao, buntan, lana, pieltro ibp. Mg̃a sunod sa moda at sa halagang mura.

na may ulan kalakip sa hapon ó sa gabi

18 Sab. Ss. Máximo ob. kp at Román mr.
19 Linggo Ss. Isabel hari at Ponciano papa mr.

BAGONG BUAN SA MAMAMANA
8.6.4 UMAGA

20 Lun. Ss. Félix sa Valois at Benigno ob. kp
21 Mar. Ang paghahayin sa simbahan ni S. Joaquin at ni G. Sta. María. Ss. Alberto ob. Honorio, Eutiquio, at Esteban mg̃a mr.
22 Mier. Ntra. Sra. de los Remedios (Pista sa Maalat) Ss. Cecilia bg. at mr. at Filemón mr.
23 Hueb. Ss. Clemente papa mr. Juan Bueno kp. Lucrecia bg. at Felicidad mg̃a mr.

ANG ARAW AY TATAHÁK
SA TAKDA NI MAMAMANA
SA IKA 9.55 NG UMAGA

Ang ipang̃anak mulâ sa araw na ito hanggang ika 22 ng̃ Disyembre, kung lalaki'y yayaman sa pang̃ang̃alakal sa ibang bayan, masipag, matapang ng̃uni't sugarol. At kung babai'y masipag at maliligawin.

24 Bier. Ss. Juan de la Cruz kp. Fermina, Flora at María mg̃a bg. at mr. at Crescenciano mr.

Pista ng̃ Pasasalamat ng̃ mg̃a Americano.

25 Sab. Ss. Catalina bg, at mr. Moiséa pb, mr.
26 Linggo Ang pagkakasal kay Santa María at kay Poong S. José Ss. Pedro ob. mr. at Conrado ob.

27   Lun. Ss. Basilio ob. Facundo at Primitivo mga mr.
28   Mar. Ss. Gregorio papa kp. at Rufo mr.

Pangloloób ni Limahong sa Maynila, 1573

29   Mier. Ss. Saturnino ob. Filomeno mga mr. at Iluminada bg.
30   Hueb. Ss. Andrés ap. (Pintakasi sa Norzagaray Masinlok, Palanyag, Tagiik, Kandaba at Pantabangan) at Maura bg. at mr.

Araw ng Kapanganakan kay Gat Andres Bonifacio, 1863

Ang unang pagbabangon ng AKÁDEMYÁ TAGÁLÁ
sa anyaya ni Honorio López, 1901

Honorio Lopez

AGRIMENSOR na may kapahintulutan ng Gobierno. Sumusukat at namamahala ng pagpapatitulo ng mga lupa sa halagang mura. Sulatan siya o pagsadyain sa daang Sande blg. 1450, Tundó Maynila bago pasukat sa iba.

Ang aklat na kinagigiliwang ORACULO NI NAPOLEON ay nababasa ninyo sa AKLAT NA GINTO ni Honorio Lopez.

———————

ANG TIBAY. Bumabati ng MALIGAYAKG PASKO sa lahat ng kanyang suki, at kahimanari'y magkaroon sila ng maganang kabuhayan, at pu-pung libong kayamanan.

LA BULAKEÑA 205 Rosario 205.—Almaceng ganap na Pilipino mapagbili ng mga barong lalaki, kuelyo, sapatos, korbata, mga sumbalilong kalasyao, buntan, lana, pieltro ibp. Mga sunod sa moda at sa halagang mura.

Lagay ng panahon. Kaayaayang panahon Pagbabagong

1   Bier. Ss Natalia bao, Eloy at Eligio mg̃a ob kp.
2   Sáb. Ss Bibiana bg. at mr. Pedro Crisólogo ob. at dr. at Ponciano mr.
3   Linggo Ss. Francisco Javier at Casiano mg̃a mr.
4   Lun. Ss. Bárbara bg. at mr. Melecio at Odmundo ob. at mg̃a kp.

KABILUGANG SA MAGKÁKAMBÀL
7.23.6 GABI

5   Mar. Ss. Sabas abad Dalmacio ob at Crispina mg̃a mr.
6   Mier. Ss. Nicolás de Pari ob. kp., Apolinar sdk. mr. Dionisia, Dativa at Leoncia mg̃a mr.
7   Hueb. Ss. Ambrosio at Agatón mr.
8   Bier. (krus) Ang kalinislinisang paglilihí ni G. Sta. María "Concepcion" (Pintakasi sa Naik, Pasig, Malulos, Batang̃an, Balayang, Guagua, Los Baños, Boák, Bawang, Mandaluyong, Atimonan, Malabon, Sta. Cruz, Silang̃an at sa Antipulo) Ss. Eutiquiano p.m. at Sofronio ob.
9   Sáb. Ss. Leocadia mr. at Gorgonia mg̃a bg.
10 Linggo Ntra. Sra. sa Loreto (Pintakasi sa Sampalok) Ss. Melquiades papa mr., Eulalia at Julia mg̃a bg. at mr.

Nang gawin ang pagkakayarì sa París na ang
Pilipinas ay ipagkakaloób sa Estados Unidos 1898.

11 Lun. Ss. Dámaso papa kp. at Eutiquio mr.
12 Mar. Ntra. Sra. de Guadalupe (Pintakasi sa Pagsanhan) at Ss. Epimaco, Hermógenes at Donato mg̃a mr.

SA PAGLIIT SA DALAGA
12.40.7 GABI

13 Mier. Ss. Orestes, mr. Lucia mr. (Pintakasi sa Sexmoan, Kapampang̃an) at Otilia bg.

14 Hueb. Ss. Espiridión ob. Arsenio, Isidoro Dioscoro at Eutropia
bg. at mg̃a mr.

Paghahamók ng̃ mg̃a kastilâ Olandés dito
sa Maynila 1690

15 Bier. Ss. Valeriano ob. at Irineo mg̃a mr.

Pag-aalsa ng̃ Kailokohan, Pangasínan at
Kapampang̃an 1658

16 Sab. Ss. Eusebio ob. Adelaida at Albina bg. mg̃a mr.

Mulâ ng̃ayon may Misa de Aguinaldo

IMPRENTA ni H. Lopez, daang Sande blg. 1450 Tundo. Sa
pamamagitan ng̃ sulatan ay tumatanggap ng̃ limbagin ukol sa mg̃a
tarheta, kartel ibp. Mura kay sa iba.

FRANCISCO ASTUDILLO DENTISTA. Bumubunot,
nagpapasta, lumilinis at naglalagay ng̃ mg̃a ng̃iping garing at ginto.
S. Fernando blg. 1101-13 Binundok

––––––––––

Ang tabako at sigarrilyong GERMINAL ay siyang dapat
hititin ng̃ Bayan pagka't siya ang laging umaabuloy sa kanyang mg̃a
kapansanan. Kaya't siyang hanapin sa mg̃a tindahan.

KATUBUSAN: Gawaan ng̃ sigarillo at tabako. Samahang
ganap ng̃ Pilipino. Daang Clavel at Barcelona San Nicolas, hanapin
ninyo sa bawa't imbakan at tindahan ang kanyang mg̃a masasarap
at nakawiwiling hititin tabako at sigarrillo.

panahon Mg̃a pagdidilim na may ulang kasunod

17 Linggo Ss. Lázaro ob at Olimpia bao.
18 Lun. Ang pag-aantabay ni G. Sta. María sa Mananakop. Ss.
Graciano ob at Judit balo.

 BAGONG BUAN SA KAMBING
8.20.0 NG GABI

19 Mar. Ss. Nemesio mr. at Fausta bao.
20 Mier. Ss. Domingo sa Silos abad kp. at Liberato mr.
21 Hueb. Ss. Tomás ap. Glicerio presb. at Temistocles mg̃a mr.
22 Bier. Ss Flaviano at Cenón mg̃a mr.

ANG ARAW TATAHAK SA TAKDA

NI KAMBING 10.57 GABI  TIGINAW

Ang ipañganak mulâ sa araw na ito hanggang ika 21 ng̃ Inero, kung lalaki'y maliksi, masipag, maghihirap sa kaikaibigan, maramot, sa paliligô ang ikapagkakasakit. At kung babai'y matatakutin, matapatín sa asawa at masipag.

23 Sáb. Ss. Victoria bg at Gelasio mg̃a mr.
24 Linggo Ss. Gregorio presb. mr. Delfín ob. at Tárcila bg.
25 Lun. (krus) Paskó ng̃ Pañganganak sa ating Poóng Mananakop at Ss. Reinaldo ars., Eugenia bg. at Anastasia mg̃a mr.
26 Mar. Ss. Esteban unang mr. at Dionisio at Zósimo mg̃a papa.

SA PAGLAKI SA TUPA
1.53.1 GABI

27 Mier. Ss. Juan apóstol at eban. [Pintakasi sa Infanta, Tanawan at Dagupan] Máximo ob. kp.
28 Hueb. Ang mg̃a maluwalhating sanggol na pinapugutan ng̃ Haring si Herodes at ang mg̃a Ss. Troadio at Teófila bg. at mg̃a mr.
29 Bier. Ss. Tomás Canturiense ob. mr. Calixto at Honorato mg̃a mr. at ang banál na hari at manghuhulâng si S. David.
30 Sab. (*) Ang pagkalipat ni S. Santiago ap. [Pintakasi sa Kingwa at Paombong, Bul.] Ss. Sabino ob. Honorio at Anisia mg̃a mr.

Nang kitlán ng̃ hining̃a si Dr. José Protasio Rizal,
ng̃ mg̃a lilong kaaway niyá, 1896.

31 Linggo Ss. Silvestre papa, Sabiniano ob. Potenciano, Donata, Hilaria at Paulina mg̃a mr.

Felix Valencia
Abogado at Notario

Tumatanggap ng̃ mg̃a usaping lalong maseselan, daang Moriones 102. Tundo.

ANG BATAS ó LEY MUNICIPAL sa CODIGO ADMINISTRATIVO ni Honorio Lopez. Ipinagbibili sa lahat ng̃ Libreria sa Maynila sa halagang Dalawang piso.

SA KABABAYANG MANGHAHALAL

Sa ika 6, martes, ng̃ buan ng̃ Hunyo ng̃ taong ito ay manunuparan na naman tayo ng̃ isang karapatang hindi gawa ng̃ isa ó ilang katao, kundi nating lahat at lahat ng̃ ating yumaong bayani sa nagdaang himagsikan, at kaunaunahan ang ating si Gat Dr Rizal.

Kung minamahal natin ang ating sarili, ang ating bayan at ang ating mg̃a bayani ay huag natin gamitin ang karapatan iyan ng̃ paghahalal sa paraan ng̃ kalabit at bulong, ó sa kakarampot na "sentimos" na pakubling isinasakay sa inyo ng̃ mg̃a naggalang lider at mg̃a kandidato riyan sa isang tungkuling hindi nababagay sa kanya.

Marami at madla ang mg̃a kandidato na ang hang̃arin lamang ay kapurihan ó madang̃al, at wala yaong tunay na tibukin ng̃ paglilinkod sa bayan, lalo na sa mg̃a MARALITA. Kung ang mg̃a ito ang inyong maihalal ay walang iniwan kayo sa Hudas na nagkanulo sa inyong Mananakop, na, kayo rin ang humanap ng̃ taling ginamit ninyo sa inyong pagbibigti.

Gamiting mabuti ang pagiisip, ang kailang̃an sa paghirang. Huag ninyong ihalal, kahit sino siya kung inaalipin ang kanyang mg̃a isipin ng̃ mg̃a naging sanhi ng̃ ating pagkapahamak sa ating pinakahahang̃ad na kasarinlan.

Ilagan din ninyo yaong mapagpaimbabaw, na kaya lamang ng̃uming̃iti kung panahon ng̃ halalan at kung makaraan na ay di ka man mapansin kahit mo sila pugayan sa daan. Ang mabuti pakibalitaan sa mg̃a kamagnaakan, kababayan at mg̃a kaibigan.

Ang pagkamanggagawa'y huag ding paniwalaan pagkat marami sa mg̃a nagtataglay ng̃ ganyang pamagat ay mg̃a nagbabalatkayo lamang ng̃ maihalal lamang sila ó ang kanilang mg̃a binabata sa isang tungkulin. Kaya kayo'y maging maliksi sa paguri at pagmasdan mabuti ang kanilang mg̃a kilusin sa nagdaang pamumuhay at sa kasalukuyan.

Pagiñgatan din, na lalo sa lahat ang makipagsabuatan sa mga pagdaraya sa halalan, ñg hindi ninyo sapitin ang bilangguan at kapahamakan ñg inyong mga anak at ñg ating bayan.

Gamitin nga, ang *boto* ninyo sa taong magiging karangalan ninyo, sa makaaawas sa hirap ñg madlâ nating maralitang kababayan at makapaghahatid sa Inang Bayan sa mithiin niyang kasarinlan.

HONORIO LOPEZ.

———————

MGA PANGUNANG KAALAMAN
DAPAT TANDAAN NG
MGA MANGHAHALAL

¿Sino sino ang mga taong maaaring makahalal? Ang lahat ng lalaking may 21 taong gulang na naninirahan at tubô dito sa Pilipinas, na hindi napasasakop sa ibang bansang may kapangyarihan, katulad ng mga intsik, hapon, ingles ó pilipino man kung kawal ó may siyudad anyang kastila ó ng ibang bangsa. Gayon din, maaaring makahalal yaong mga taong may isang taóng paninirahan sa Pilipinas ó anim na buwan sa munisipyong ibig paggamitan ng karapatang makahalal, na ito'y patutunayan sa taglay na sedula personal ó sa pamamagitan ng mga saksing mga manghahalal din, sangayon kung ito'y paniwalaan ng mga inspektor ng presinto.

Ang ganitong kapasiyahan ng maging ganap na manghahalal ay dapat tumahak sa mga batayang sumusunod: (a) Yaong sa bisa ng mga batas na umiiral sa Pilipinas mula ng ika 28 ng Agosto ng 1916 ay mga manghahalal na at gumagampan ng karapatang makahalal. (b) Yaong mga may pagaaring lupa na may halagang 500 piso at bumabayad ng 30 piso ó higit sa ritong pinakakuntribusyon sa gobierno at (c) Yaong mga taong maalam bumasa at sumulat ng ingles, kastila ó ng sarili niyang salita katulad ng tagalog, bisaya, kapampangan, iloko, ibp.

¿Sino sino yaong mga taong hindi maaaring tanggapin upang makàhalal? (a) Yaong may utang sa pagbabayad ng amilyaramiento. (b) Yaong lahat ng mga mula noong ika 13 ng Agosto ng 1898 ay naparusahan ng alin mang hukuman sa salang pagpatay, ó pagkabilanggong may 18 buwan at ang ganitong pagkakait sa kanya ay di isinasauli sa kanya ng patawad, na lubusan ó indulto. (c) Yaong mga tumanggap at sumira ng panunumpaang pagtatapat sa Estados Unidos at (d) Yaong mga taong walang bait ó mga ulol ó baliw.

¿Alin ang dapat matalastas ñg mğa manghahalal sa pagsulat sa BALOTA? Kaila~ngang huag dudungisan ang balota sa pagsulat. Kaya't kailañgang huag babasain ñg laway ang dulo ñg lapis at sa pagsulat dapat linisin muna ñg panyong taglay ang mğa kamay at daliri. Sapnan ang balota ñg isang papel na malinis ó ñg panyo. Gayon din naman ang mğa ñgalan ñg ihahalal ay isulat sa guhit na nasa ibaba ñg mğa tungkuling ibig paglagyan, sa hanay ñg (Vote por one) ó (Vote por uno).

Bawal din naman ang pumasok sa isang silid ñg presinto, kung may taong manghahalal sa loob at gayon din bawal ang makipagusap sa mğa taong manggahalal na nasa sa karatig ñg silid na pinasukan.

Kung hindi maaaring makasulat ang manghahalal ñg kanyang balota, sa dahilang napilay ang kamay, nabulag at iba pa ¿ano ang dapat gawin nito ñg makahalal? Dapat na ipahanda sa mğa inspektor ñg halalan ang balota niya at dalawa sa mğa inspektor na ito na kaanib sa magkaibang pangkatin ó partido (nasyonalista at demokrata kaya) ay siyang maghahanda ñg balota at isa sa kanila ay siyang susulat sa harap ñg kasamang inspektor.

Ñg kayo'y lalong masiyahan ay hanapin ninyo ang BATAS ñg PAGHAHALAL ni G. Honorio Lopez na ipagbibili sa lahat ñg Libreria sa Maynila sa darating na Pebrero 1922, sa halagang PISO. Ang mğa taga lalawigang magpadala ñg pisong papel sa pamamagitan ñg isang sulat sa bahay ni G. Honorio Lopez sa daang Sande 1450, Tundo, Maynila ay tatanggap sa pamamagitan ñg "correo certificado" ñg isang ó aklat ñg Ley sa Paghahalal.

Ang sanhi kung kaya hindi ipinalimbag sa ñgayon kundi sa Pebrero pa ñg 1922, ay ñg maipasok ang pagbabagong gagawin ñg Batasan ó Legislatura ó Senado at Asamblea, na inaasahan ñg lahat na sa pagtanggap na ito ni General Wood ñg pamamahala sa Pilipinas ay magkakaroon ñg pagbabago ang BATAS na ito ó LEY SA PAGHAHALAL.

Si Dr. Pedro C. Lopez, Dentista, anak ni G. Honorio Lopez na napalathala sa mğa unang dahon ñg Kalendaryong ito, ay namatay ñg ika 9 ñg gabi ñg ika 1 ñg Oktubre ñg 1921; kaya isinasamo sa bumabasang giliw na isama siya sa inyong mğa dalañgin.

AYOKO NG SAYAW

Ang di ko pagdalaw sa iyo hindi nagkakahulugan
ako'y lumalayo't nililimot ko na ang pinagsamahan,
    Hindi gayon Luring . . . kung bagama't hindi kita nadadalaw,
ang alaala ko'y sumasa iyo at ikaw ang laging nagugunamgunam.

¿Mangyayari kayang kalimutan kita? gayong di kailâng
matangi sa iyo ang abang palad ko ay wala ng mutya . . .
    Mamatay man ako kung tunay ang tao'y may buhay na diwa,
ang diwa kong iyo'y laging maghahain sa iyo ng nasa . . .

Ako kaya lamang hindi makadalaw't sa iya'y humarap,
sapagka't may lungkot . . . ang kalungkutan ko'y sa iyo rin buhat;
    ikaw'y nagkasala, pagkakasala mong sa akin ay labag . . .
anong kasalanan? . . . ang pagsasayaw mong di minamarapat.

Bago nagsumpaan ang kanitang puso sa pagiibiga'y
ipinagtapat kong ang gagawin nita ay lubhang maselan;
    sa gawang pagibig upang ang dalawa'y payapang mabuhay
ang lahat ng gawang hindi nararapat ay pakalayuan.

Ang sayaw ay isang ipinagbilin kong huwag mong gagawin
pagka't sa babai ang pagsayaw ay ngiti ng dilim;
    ang sayaw láson sa ganda ng isang babaing mahinhin
hinhin ng babai'y nagiging malasuwa sa sayaw ang dahil.

Masdan ang babai sa isang lalaki'y nakikipagsayaw
yakap sa lalaki bagama't ang gayon ay pangit na tingnan,
    magkayapos sila at ang mga dibdib ay walang pagitan
baywang ng babai'y hapit ng lalaki ng lubos lubusan.

Hita niya sa hita n͠g lalaking yapos ay nadadaiskis
minsa'y magkadaop, pagkakadaop na, animo'y napagkit
        sa ininog-inog, ang kanilang pisn͠gi'y madalas magtalik . . .
sa sayaw di ka man humin͠gi n͠g halik ay makahahalik.

Pusong nan͠gan͠garap yumapos sa m͠ga dalagang maganda
magaral n͠g sayaw't sa m͠ga sayawan nila makukuha,
        diwang nananabik damhin ang katawan n͠g m͠ga dalaga
magsayaw ang dapat at madadama mo, pagka't murangmura.

Sa m͠ga pagsayaw nawa wala ang hinhin dapat in͠gatan
mahinhing babai kapagka sumasayaw nagiging magaslaw,
        pati n͠g katawan sa paggamayumi'y di ibig magalaw,
sa lintik na sayaw malilimot na ang pagmamaselan.

Babai't lalaki sa pagkakayakap ay parang iisa,
anopa't kung manang sa isang simbahan ang makakakita
        magaabot-abot ang pagaantanda't pagkukurus niya
sa pan͠gun͠gumpisal ay siyang sasabihing unanguna.

N͠gayo'y walana sa iyo ang dating mong kilusin,
gaslaw na sa iyong iwing kabinhinan ang sumapín
        sa dati n͠giting mapagakit: halakhak at aliw
napalit masabing ikaw ay ¡kay sarap yakapin!

Sa diwa ko'y parang isinusurot na ang sinapit n͠g palad
n͠g kabuhayan mo sa hilig mong iyang may bolo at suyak
        ako'y naluluha . . . kung ikaw na aking tan͠ging nililiyag
ay masasawi pâ . . . tayo, ang han͠gad ko y lamunin n͠g ulap . . .

MAR. P. GARCIA

———————————

NG MALAYO SA PAGKAKASAKIT
AT TUMANDA

1. Matulog at bumangon maaga, magtrabaho sa araw huag sa gabi.
2. Hañging malinis ang gamitin sa paghingã at pagsikatan sa Araw ang katawan.
3. Katatagan sa pagkain huag kakain kung may hapis. Tubig na malinis ang iinumin.
4. Maligo ñg tubig na malahiningã bago kumain ñg agahan.
5. Pitong oras lamang matutulog bukas ang bintana.
6. Manamit ñg maluag at isunod ang kapal sa himig ñg panahon.
7. Ang malinis na pamamahay ay kumakaway ñg kaligayahan.
8. Busugin ang diwa sa pagaaliw. Layuan ang pakikipagkaalit kanino man.
9. Kahit wala sa matwid ang kausap mo'y huag kang makikipagtalo.
10. Kung ang ulo mo'y siyang gamit sa paghahanap buhay ay magpalakas ka ñg katawan, at kung sa mgã bisig naman, ay basain ang ulo sa pagbabasa.

Sa isang taon 1923 ang kalendaryong ito'y magkakaroon ñg hanapan ñg mgã kapistahan ñg mgã santo katulad ñg dati, at mgã mababasang ukol sa pakikimayan at ikadidilat ñg mata ñg mararalitang kababayan. Kaya siya ninyong hanapin sa taong darating 1923.

Candido Lopez
AGRIMENSOR

Bago magpasukat sa iba ay makipagalam muna kayo sa kanya ng malaman ninyo ang kanyang halaga at kondisyon ng paniningil sa daang Ave Rizal 2121, Sta. Cruz, Maynila.

———————————

ABOGADO NG BAYAN

¿Ibig ba ninyong kayo'y igalang ng̃ inyong kapwa tao? ¿Ibig ba ninyong huwag magalinlang̃an sa inyong mg̃a pagmamatwid? ¿Ibig ba ninyong matalos ang kaalaman ng̃ inyong Juez de Paz diyan sa inyong bayan at ng̃ inyong Abogado? Bumasa kayo ng̃ ABOGADO NG BAYAN ni G. HONORIO LOPEZ at dito mababasa ninyo ang mg̃a pangulong kapasiyahan ng̃ mg̃a Ley sa pakikipamayan, sa mg̃a pagaari, sa paghabol ng̃ mana, sa pagtatanggol ng̃ kapurihan, pananakit at iba na totoong kailang̃an sa isang namamayang pilipino, lalo na sa, mg̃a babae, dalaga at mg̃a mararalita.

DALAWANG PISO ang halaga sa lahat ng̃ Libreria sa Maynila. Ang taga probinsiyang magpadala ng̃ dalawang pisong papel, na ipaloloob sa isang sulat kay G. Honorio Lopez sa daang Sande 1450, Tundo, Maynila ay tatanggap ng̃ isang salin nito sa pamamagitan ng̃ "correo certificado."

———————

BAGONG PAMAHALAAN SA PILIPINAS

Ito ang pinaka ikalawang at ikatlong tomo ng̃ ABOGADO NG BAYAN ni G. Honorio Lopez na kababasahan ng̃ Ley Munisipal, ng̃ Ley ng̃ Diborsyo, ng̃ Reglamento ng̃ Sabung̃an para sa mg̃a Sentensiyador at mg̃a mananabong at iba pang marami. PISO AT TATLONG PUNG SENTIMOS ang halaga. Ang mg̃a bagong labas na Presidente at mg̃a konsehal ay dapat bumili nito.

———————————

MGA KAILANGANG DULUGAN

Kung manggagawa ka at inaapi ka ng̃ iyong patrono ó pinagtatrabauhan ay dumulog ka sa BURO DEL TRABAJO.

Kung inapi ka ng̃ kapwa mo ó ikao ay sinaktan ng̃ sino man, ó dalaga kang inalisan ng̃ puri ng iyong nobyo ay dumulog ka sa JUEZ DE PAZ sa iyong bayan.

Kung, ikao'y may lupa na ibig mong magkaroon ng̃ titulo Torrens ng̃ mailag sa anomang basagulo at magamit na pang̃ung̃utang ay dumulog ka kay G. Honorio Lopez Sande 1450, Tundo, Maynila at siya mong pagtanung̃an, ng̃ magkaroon ka ng̃ Agrimensor at Abogado mang̃atawan sa pagharap mo sa mg̃a Hukuman. Murang suming̃il at tumatanggap ng̃ pauntiunting bayad sa pamamagitan ng̃ isang kasunduan.

————————

¿Ibig ninyong malaman madali kung ilang piko ang timbang ng̃ inyong kalibkib lukad ó kopra at malaman sa lalong madaling panahon ang kabayarang sa ano mang halagang aabutin na di na mang̃ang̃ailang̃an ng̃ maraming pagbilang kundi sa "sumar" lamang?—Bumili kayo ng̃ayon din ng̃ BAGONG REDUKSION ng̃ Kilos sa Pikos na may presyo na sinulat ni Felix A. Matriano na taga Alabat, Tay. Apat na Peseta ang halaga sa Libreria ni P. Sayo sa daang Rosario 225 at sa Imprenta ni Honorio Lopez daang Sande 1450, Tundo Maynila.

————————

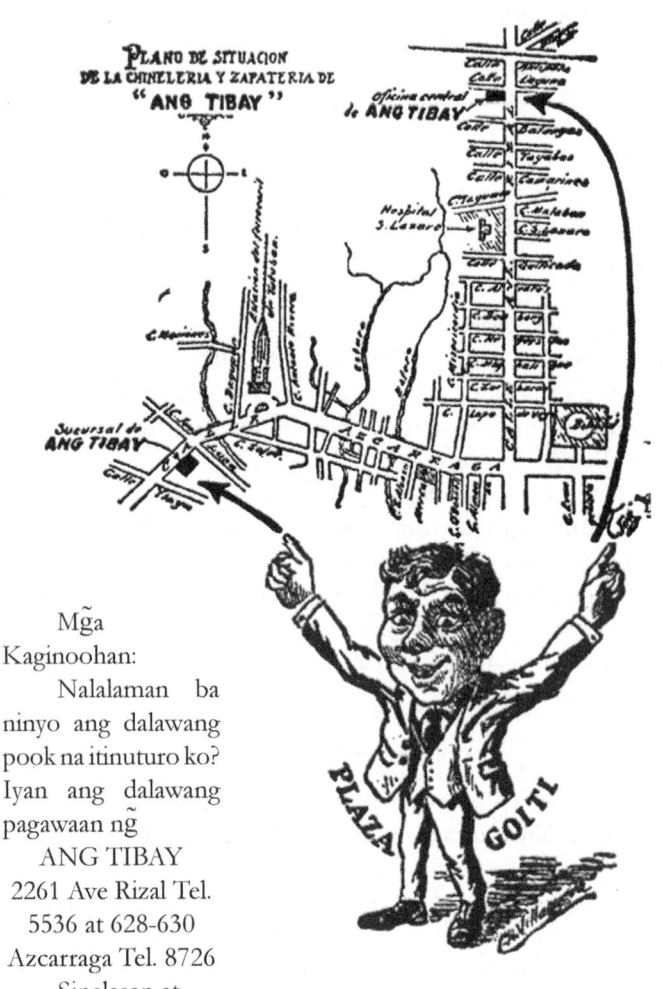

Mg̃a Kaginoohan:

Nalalaman ba ninyo ang dalawang pook na itinuturo ko? Iyan ang dalawang pagawaan ng̃

ANG TIBAY
2261 Ave Rizal Tel. 5536 at 628-630
Azcarraga Tel. 8726

Sinelasan at Sapatusan na kabalitaan sa Pilipinas na yumayari ng̃ matitibay at magigilas na sinelas, sapatilya, kotso at sápatos na sunod sa huling "moda"

Made in the USA
Monee, IL
18 August 2025

23636755R00046